மொழிபெயர்ப்பியல்

முனைவர் வீ. ரேணுகாதேவி

இலக்கியா பதிப்பகம்
தமிழூர்

நூற்குறிப்பு

நூலின் தலைப்பு	:	மொழிபெயர்ப்பியல்
ஆசிரியர்	:	முனைவர் வீ. ரேணுகாதேவி
		தகைசால் பேராசிரியர்,
		மதுரை காமராசர் பல்கலைக்கழகம், மதுரை.
முதற்பதிப்பு	:	2021
உரிமை	:	ஆசிரியருக்கு...
பக்கங்கள்	:	135
விலை	:	ரூ. 200
வகை	:	கட்டுரைத் தொகுப்பு
வெளியீடு	:	இலக்கியா பதிப்பகம், தமிழூர் அடைக்கலப்பட்டணம் (அ) 627808 தென்காசி மாவட்டம் கைபேசி : 9940770433
மின்னஞ்சல்	:	elakkiyapathipagam@gmail.com

ISBN No: 978-93-92649-02-8

Book Title	:	Mozhippeyarppiyal
Author	:	Dr. V. Renugadevi
Edition	:	First Edition 2021
Copy Right	:	Author
Pages	:	134
Price	:	Rs. 200.
Publisher	:	Elakkiya Pathipagam, Tamilur -627 808 Cell : 9940770433

பேராசிரியர் **கோ. சுப்பையா**
அவர்கள்
நினைவாக...

முனைவர் **ந. நடராச பிள்ளை**

மேனாள் பேராசிரியர் மற்றும் துணைஇயக்குநர்

இந்திய மொழிகளின் நடுவண் நிறுவனம்

மைசூரு.

அணிந்துரை

மொழிபெயர்ப்பையும் அதைச் சார்ந்த கூறுகளையும் தமிழில் பல்வேறு வல்லுநர்கள் ஆய்வுகள் நடத்தி நூல்கள் பல எழுதியிருக்கிறார்களே. எனினும் மொழியியல் துறையில் வல்லமையும், மொழிபெயர்ப்பில் பட்டறிவும் பெற்று நூலைப் படைக்கும் போது அதன் தரம் சிறந்து விளங்கும் என்பது தெளிவு. பயன்பாட்டு மொழியியலில் மொழி கற்பித்தல், மொழிபெயர்ப்பு, அகராதி இம்மூன்றும் மிக மிக முக்கியமான இடத்தைப் பெற்றிருக்கின்றன. ஒன்றுக்கொன்று தொடர்புடைய துறைகள் இவை. எனவே, இந்த நூலும் தனியொரு இடத்தைப் பெற்றிருக்கிறது.

மொழிபெயர்ப்பு என்பது தரும்மொழியின் பனுவலை பெறும்மொழியில் பொருண்மையளவில் மாற்றித் தருவது எனச் சொல்வார்கள். இவ்விளக்கம் அருமையாகக் கொடுத்திக்கிறார் பேராசிரியர் வீ.ரேணுகாதேவி அவர்கள். அதை அடிப்படையாகக் கொண்டு மற்ற பத்துக் கட்டுரைகளையும் படிக்கும்போது நூலின் சிறப்பு வெளிப்படையாகத் தெரிகிறது. அதோடு அளிக்கப்பட்டிருக்கின்ற கட்டுரைகளை மூன்று வகைகளாக வகைப்படுத்திப் பார்க்கலாம். மொழிபெயர்ப்பு பற்றிய தகவல்கள், மொழிபெயர்ப்பில் ஏற்படும் சிக்கல்களும் தீர்வுகளும், இலக்கிய மொழிபெயர்ப்பு இவை மூன்றுமே மிகவும் முக்கியத்துவம் வாய்ந்தவை. நிகழ்காலத்தில் மொழிபெயர்ப்பு மிக இன்றியமையாத இடத்தைப் பெற்றிருக்கிறது என்பது கண்கூடு. இலக்கியம் முதல் அறிவியலின் பல்வேறு துறைகள் சார்ந்த நூல்களையும் தமிழுக்குக் கொண்டு வருவதற்கும் தமிழ் மொழியின் பங்களிப்பை உலகம் அறியச் செய்வதற்கும் மொழிபெயர்ப்பு ஒன்றே பாதை இட்டுத் தரமுடியும். ஒரு மொழியின் வளர்ச்சி பல்வேறு வகைகளில் நடைபெறலாம். எனினும், பிற மொழிகளில் உள்ள இலக்கிய அறிவையும்

அறிவியல் அறிவையும் வெளிப்படுத்தும் ஆற்றல் பெற்றிருத்தல், சொற்களஞ்சியத்தைப் பெருக்கி எந்தப் பொருண்மையையும் வெளிப்படுத்தும் ஆற்றலை வளர்த்துக் கொள்ளல், கணினியுகத்திற்கேற்றவாறு தன்னை மேம்படுத்திக் கொள்ளல் என்னும் தளங்களில் மொழிபெயர்ப்பின் வழியேயும் மொழி தன்னைச் சீர்படுத்திக் கொள்ளவேண்டும். தமிழ்மொழி எந்த ஒரு சிக்கலையும் எதிர்கொண்டு தீர்வு காணும் திறன் உள்ள மொழி என்பதை நாம் அறிவோம். எனினும் இந்நூல் அதைத் தெளிவாக்குகிறது.

ஒவ்வொரு மொழிபெயர்ப்பாளனுக்கும் தனித்தனித் திறன்கள் இருக்கும். என்றாலும் அவற்றை மேலும் வளர்த்துக் கொள்ள மொழிபெயர்ப்பு பற்றிய பல நுண்தகவல்களை இந்நூலின் பல்வேறு கட்டுரைகளில் காணமுடிகின்றது. குறிப்பாக, மொழிபெயர்ப்பும் கலைச்சொல்லாக்கமும் என்னும் கட்டுரை பல சொல்லாக்க உத்திகளைக் கொடுத்திருக்கிறது. சிக்கல்களை எடுத்துக்கூறி அவற்றிற்கான தீர்வுகளை முன்னிறுத்தியிருப்பது பேராசிரியரின் பட்டறிவை எடுத்துக்காட்டுகிறது. இது மிக இன்றியமையாத ஒரு கூறாகும். அதை இந்நூல் முடிந்த அளவு நிறைவு செய்கிறது.

இலக்கிய மொழிபெயர்ப்புக்கான இரண்டு கட்டுரைகளுமே அருமையானவை. குறிப்பாக, நீதி நூல்களை மொழிபெயர்ப்பது ஏன் இயலாத ஒரு செயற்பாடாக இருக்கிறது என்பது சிந்தனையைத் தூண்டும் வினாவாகும்.

இந்நூல் உருவாகப் பேராசிரியர் எடுத்துக்கொண்ட உழைப்பை இந்நூலைப் படித்து முடித்த போது கண்டுகொண்டேன். உடன் என் நினைவுக்கு வந்தது ஒரு திருக்குறள்.

இதனை இதனால் இவன் முடிக்கும் என்றாய்ந்து
அதனை அவன்கண் விடல். (குறள்.)

இதற்கு ஏற்ப பேராசிரியர் இன்னும் பல நூல்களைத் தமிழ் கூறும் நல்லுலகத்திற்குத் தரவேண்டும் என வேண்டிக் கொள்கிறேன்.

– முனைவர் **ந. நடராச பிள்ளை**

முனைவர் வே. தயாளன்,
மேனாள் துறைத் தலைவர்,
மொழியியல் துறை,
பாரதியார் பல்கலைக்கழகம்,
கோயம்புத்தூர் – 641 046

வாழ்த்துரை

மொழிபெயர்ப்பு என்பது தமிழுக்குப் புதியதன்று. இதற்குத் தமிழ்மொழி இலக்கண வரலாற்றில் சான்றுகள் உண்டு. தொல்காப்பியர் இதுபற்றிய சிந்தனையை முதலில் தமிழுக்கு அறிமுகப்படுத்தியுள்ளார். மற்ற துறைகள் வளர்ந்ததைப் போன்று இத்துறை ஆரம்பகாலத்தில் வளர்ச்சி காணவில்லை என்ற எண்ணம் அறிஞர்களிடம் உண்டு. இதற்கு முக்கியக் காரணம் ஆரம்ப காலக்கட்டத்தில் இத்துறையானது சமயம் தொடர்பானவற்றை மட்டுமே மொழிபெயர்ப்பதில் ஆர்வம் காட்டியதாகும். இலக்கிய மொழிபெயர்ப்பில் அறிஞர்கள் ஆர்வம் காட்டத் தொடங்கியபோது தான், மொழிபெயர்ப்பின் முகம் வெளிச்சம் காணத்தொடங்கியது. உலகஇலக்கியங்களைப் புரிந்து கொள்வதற்கு ஓரளவிற்கு இலக்கிய மொழிபெயர்ப்பு மிகப்பெரிய கருவியாக வளர்ச்சி அடைந்தது. பின்னர் அறிவியல் மொழிபெயர்ப்பு உருவாகியபோது அறிவு பரவலாக்கத்திற்கும் அறிவியல் வளர்ச்சிக்கும் மொழிபெயர்ப்பு தேவையாகியது.

ஆரம்பகாலத்தில் செய்யப்பெற்ற மொழிபெயர்ப்புக்கள் எல்லாம் மொழிபெயர்ப்பாளரின் மேதாவித்தனத்தையே வெளிப்படுத்துவதாக அமைந்திருந்தன. வாசகரைத் தன்வசம் இழுக்கும் சூத்திரம் அவர்களிடம் காணப்படவில்லை. மொழிபெயர்ப்பு யாருக்காக என்பதில்தான் ஒரு மொழி பெயர்ப்பாளரின் வெற்றி அடங்கியுள்ளது. எனவே, மொழிபெயர்ப்பிற்குச் சில வரையறைகள், சில கொள்கைகள் தேவைப்படலாயிற்று. அத்தகைய கொள்கைகளும், கோட்பாடுகளும் ஓரளவிற்குச் செழுமையான, ஆற்றல் மிக்க, வாசகரைத் தன்வசப்படுத்த உதவின. இவற்றையெல்லாம் உள்வாங்கிக் கொண்டு மொழிபெயர்ப்பின் அடிப்படைகளை,

கோட்பாடுகளை, கலைச்சொல் ஆக்கங்களை, சிக்கல்களை, அதற்கான தீர்வுகளைத் தனது நீண்டநெடிய பட்டறிவின் வாயிலாக எழுதப்பெற்று, கட்டுரைகளாகத் தொகுக்கப்பெற்று இந்நூல் உருவாக்கப்பெற்றுள்ளது. தமிழில் மொழிபெயர்ப்பியல் தொடர்பான நூல்கள் மிகக்குறைவு. அண்மைக்காலத்தில்தான் அங்கொன்றும் இங்கொன்றுமாக வந்து கொண்டிருக்கின்றது. மொழிபெயர்ப்புத் துறை இன்று மிகச்சிறந்த வரவேற்பினைப் பெற்று வருகின்றது. ஆனால், முழுமையாக மொழிபெயர்ப்பு மொழிபெயர்த்தல், மொழியாக்கம் போன்றவற்றை எளிமையாக விளங்கிக் கொள்ளக் கூடிய வகையில் நூல்கள் இல்லை. இந்நூலில் மொழிபெயர்ப்பின் அடிப்படைகளை விளக்கக் கொள்ளத்தக்க வகையில் நூலாசிரியர் தேவையான இடங்களில் தக்க சான்றுகள் கொடுத்து விளக்கியிருப்பது சிறப்பானதாகும்.

இன்றைய சூழலில், இதுபோன்ற நூல்கள் தேவையானவை. பல துறைகளில் பயிலும் மாணவர்கள், ஆய்வாளர்கள், ஆசிரியர்கள் போன்றோருக்கு மிகவும் பயனுள்ளதாக அமையும். பணிநிறைவிற்குப் பிறகும் கல்வி சார்ந்த பணியில் தன்னை முழுமையாக ஈடுபடுத்திக்கொண்டு புதிய வரவாக மொழிபெயர்ப்பியல் என்ற தலைப்பில் நூலினை வெளியிட்டுள்ள மதிப்பிற்குரிய தகைசால் பேரா.முனைவர் வீ. ரேணுகாதேவி அவர்களை மனதாரப் பாராட்டுகிறேன், வாழ்த்துகிறேன். அவரது கடின உழைப்பிற்குக் கிடைத்த மற்றுமொரு அங்கீகாரம் இந்நூல்.

தொடரட்டும் தங்களது கல்விப்பணி
வளரட்டும் தமிழ்கூறும் நல்லுலகம்

– *அன்புடன்*
வே. தயாளன்

முனைவர் **இரா. இளவரசு**
உதவிப்பேராசிரியர்,
முதுகலைத் தமிழ்த்துறை மற்றும் தமிழாய்வு மையம்
அய்யநாடார் ஜானகிஅம்மாள் கல்லூரி (தன்னாட்சி)
சிவகாசி.

மகிழ்வுரை

தமிழின் உயர்விற்கும், அடுத்தக்கட்ட வளர்ச்சிக்கும் மிக முக்கியத் தேவை மொழிபெயர்ப்பு ஆகும். பாரதியின் கூற்றுப்படி நோக்கினால் வெளிநாட்டு நல்லறிஞர் பெருமக்களின் நூல்கள் தமிழ் மொழியிலும், தமிழறிஞர்களின் இறவாத புகழுடைய படைப்பாக்கங்கள் பிறமொழிகளிலும் மொழிபெயர்க்கப்படல் வேண்டும். அப்பொழுதுதான் உலகியலறிவு தமிழர்களுக்கும், தமிழின உயர்வு உலகினுக்கும் பரவும். பல உயரிய விருதுகளைத் தமிழ்ப் படைப்புகள் அடையாமைக்கான அடிப்படைக் காரணம் அவை ஆங்கிலத்தில் மொழி பெயர்க்கப்படாதது தான். எனவே, தமிழ்ச் சான்றோர்கள் மொழிபெயர்ப்பின் தேவையறிந்து செயலாற்ற வேண்டிய பொன்னான தருணமிது. சென்னை, செம்மொழித் தமிழாய்வு மத்திய நிறுவனம் செவ்வியல் நூல்களை உலகின் பல மொழிகளிலும் மொழிபெயர்க்கும் பணியினை முன்னெடுத்திருப்பது ஒரு நல்ல முன்னுதாரணம் ஆகும். அதுபோலவே அனைத்து தமிழ்ப் படைப்புகளும் மொழி பெயர்ப்பு செய்யப்பட வேண்டியது காலத்தின் கட்டாயத் தேவையாகும். அவ்வகையில், முனைவர் வீ.ரேணுகாதேவி அம்மா அவர்களின் 'மொழிபெயர்ப்பியல்' என்னும் தலைப்பிலான இந்நூல் 'மொழி

பெயர்ப்பு' குறித்த முழுமையான புரிதல்களை உள்வாங்கிக் கொள்ள விரும்பும் ஒவ்வொருவருக்கும் ஒரு சிறந்த 'கருவி நூலாக' அமைந்துள்ளது. மொழிபெயர்ப்புப் பணியில் ஈடுபட விரும்பும் அனைவருக்கும் இந்நூல் ஒரு வழிகாட்டி. மொழிபெயர்ப்பின் தன்மை, வகைகள், தேவை, சிக்கல்கள் ஆகியன வற்றைத் தொல்காப்பியம் தொடங்கி, தற்காலம் வரையிலான சான்றுகளுடன் விளக்கியுள்ள இந்நூல் ஒரு சிறந்த ஆய்வுப் படைப்பாகவும் அமைந்துள்ளது.

முனைவர் வீ.ரேணுகாதேவி அம்மா அவர்களின் அனுபவ வெளிப்பாடு நூலின் அனைத்துப் பக்கங்களிலும் வெளிப்படுவது மகிழ்ச்சிக்கும் புகழ்ச்சிக்கும் உரியது.

– முனைவர் **இரா. இளவரசு**

என்னுரை

மதுரை காமராசர் பல்கலையில் மொழியியல் துறையில் மொழியியல் முதுகலை படிக்கும் மாணவர்களுக்கு மொழி பெயர்ப்பு ஒரு தாளாக வைக்கப்பட்டுள்ளது. பல்வேறு பல்கலைக்கழக மொழியியல் துறைகளில் அந்நடைமுறை உள்ளது. அதுமட்டுமல்லாது தமிழ், ஆங்கிலம் மொழிப் பாடங்களைப் படிப்பவர்களுக்கும் பெரும்பாலான பல்கலைக்கழகம், கல்லூரிகளில் மொழிபெயர்ப்பு ஒரு பாடமாக உள்ளது. எனினும் அவர்களின் பாடத்திட்டத்திற்கு ஏற்ற பாடபுத்தகங்கள் இல்லை என்றே கூறலாம். மொழிபெயர்ப்பு என்ற பெயரில் ஆங்கிலத்திலும், தமிழிலும் ஏராளமான புத்தகங்கள் இருந்தபோதிலும், அவை பாடத்திட்டத்திற்கேற்ப அமையவில்லை.

இச்சூழலில் மதுரை காமராசர் பல்கலைக்கழக மொழியியல் துறையிலும், மைசூரிலுள்ள இந்திய நடுவண் நிறுவனத்தில் அமைந்துள்ள நேஷனல் டிரான்ஸ்சிலேசன் மிஷன் (*National Translation Mission*) என்னும் ஆய்வுத்திட்டம் நடத்தும் மொழிபெயர்ப்புப் பயிற்சிப் பட்டறையிலும் மொழிபெயர்ப்பு பாடத்தினை இருபது ஆண்டுகளுக்கும் மேலாக மாணவர்களுக்கு நடத்திய அனுபவம் இருந்த காரணத்தினால் அவ்வப்போது பல்வேறு கருத்தரங்குகளில் ஆற்றிய ஆய்வுரைகளின் தொகுப்பாக இந்நூல் அமைந்துள்ளது.

இது காலம் கடந்த முயற்சி. எனினும் பணி நிறைவு பெற்றபின் இக்கட்டுரைகளை இப்பொழுதாவது வெளியிடலாம் என்ற எண்ணத்தில் உருவானதே உங்கள் கையில் தவழும் மொழிபெயர்ப்பியல் என்னும் இப்புத்தகம். ***Better late than Naver*** என்னும் வாசகம் நினைவில் இருக்கிறது. எனவே இப்பொழுதாவது புத்தகமாக வெளிவந்தமை மகிழ்ச்சி அளிக்கிறது.

இப்புத்தகத்திற்கு அணிந்துரை வழங்கிய மைசூரு இந்திய மொழிகளின் நடுவண் நிறுவன துணைஇயக்குநரும் மேனாள் பேராசிரியருமான **முனைவர் ந. நடராச பிள்ளை** அவர்களுக்கும், வாழ்த்துரை வழங்கிய பாரதியார் பல்கலைக்கழக மொழியியல் துறை மேனாள் துறைத்தலைவர் **முனைவர் வே. தயாளன்** அவர்களுக்கும், மகிழ்வுரை வழங்கிய இளவல் **முனைவர் இளவரசு** அவர்களுக்கும் என் நன்றியைத் தெரிவித்துக் கொள்கிறேன்.

ஆய்வுரைகள் பல்வேறு காலகட்டங்களில் எழுதப்பெற்றமையால் சில கருத்துகள் மீண்டும் மீண்டும் வந்துள்ளன. சில நீக்கப்பட்டு விட்டபோதிலும் தொடர்ச்சி வேண்டி சில இடங்களில் இடம்பெற்றுள்ளன. ஆய்வுப்போக்கில் தலைப்புடன் இணைந்தேயிருக்கின்றது என்பதை உறுதிசெய்கிறேன்.

எழுதும்போது என்னை தொந்தரவு செய்யாமல் எனக்கான இடத்தை ஏற்படுத்திக் கொடுத்த என் கணவர் **முனைவர் க. பசும்பொன்** அவர்களுக்கும், எனது அக்கா **வீ. வீரம்மாள்** அவர்களுக்கும், மகள்கள் **முனைவர் சரண்யாதேவி** மற்றும் **முனைவர் ஜெயப்ரியா** ஆகியோருக்கும் எனது நன்றியைத் தெரிவித்துக்கொள்வதில் மகிழ்ச்சி கொள்கிறேன்.

இப்புத்தகத்தை நன்முறையில் வடிவமைத்து சிறப்பாக அச்சிட்டுத் தந்த **தமிழூர் இலக்கியா பதிப்பகத்தார்க்கும்** என் நன்றியைத் தெரிவித்துக் கொள்கிறேன்.

இக்கட்டுரைகளை வாசிப்பதற்கான ஆய்வரங்குகளை ஏற்பாடு செய்து கொடுத்த அனைத்து கல்வியாளர்களுக்கும் என் நன்றி உரித்தாகுக.

– வீ.ரேணுகாதேவி

பொருளடக்கம்

1. மொழிபெயர்ப்பு விளக்கம் - 13
2. மொழிபெயர்ப்பு - வகைமைத் தோற்றமும் வளர்ச்சியும் - 21
3. மொழிபெயர்ப்பு வகைகள் - 27
4. மொழிபெயர்ப்பு என்னும் பெருவரம் - 39
5. மொழிபெயர்ப்புக்கொள்கைகள் - 51
6. மொழிபெயர்க்க இயலாமை - 63
7. மொழிபெயர்ப்புச் சிக்கல்களும் தீர்வுகளும் - 75
8. மொழிபெயர்ப்பாளன் - 91
9. மொழிபெயர்ப்பும் கலைச்சொல்லாக்கமும் - 97
10. பாரதிதாசனின் கவிதைகள் மொழிபெயர்ப்பு - 114
11. நீதி இலக்கியங்களில் மொழிபெயர்க்க இயலாமை - 121

மொழிபெயர்ப்பு விளக்கம்

வரையறை

ஒரு மொழியிலுள்ள கருத்தை அல்லது தகவலை அல்லது செய்தியை மற்றொரு மொழியில் மாற்றித் தருவது அல்லது பெயர்த்து தருவதே மொழிபெயர்ப்பு ஆகும். மொழிபெயர்ப்பு என்பது தருமொழியையும் பெறுமொழியையும் இணைக்கும் பாலம். தருமொழி, பெறுமொழி ஆகியவற்றுடன் தகவல் அல்லது கருத்து அல்லது செய்தி இன்றியமையாத இடம் பெறுகிறது.

தருமொழி பெறுமொழி அறிவு என்பது இந்த இரு மொழிகளின் அமைப்பு, ஒலி, சொல், தொடர், வாக்கிய அமைப்பு, மரபு, வழங்கும் சூழல் ஆகியவற்றை உணர்த்தும். தகவல் பற்றிய அறிவு என்பது இலக்கியம் பற்றியதா, அறிவியல் பற்றியதா, அல்லது ஏனைய நூல்கள் பற்றியதா என்பதை குறிக்கும்.

மேலும் தகவல் தரும் கருத்துகளைத் தருமொழியிலிருந்து பெறுமொழிக்கு மாற்றும்போது குறைத்தோ கூட்டியோ திரித்தோ தருதல் கூடாது. மொழிபெயர்ப்புக்குப்பின் தம் தாய்மொழியாகவே கருதத் தக்கநிலையில் இருக்க வேண்டும். அண்மைக்காலத்தில் இயந்திரங்களின் வாயிலாகவும் மொழிபெயர்க்கும் பணி நடைபெறுகிறது. இதனை கணினி மொழிபெயர்ப்பு அல்லது இயந்திர மொழிபெயர்ப்பு எனலாம்.

மொழிபெயர்ப்புப் பற்றிய வரையறையை மூன்று நோக்கில் பெற முற்படுதலும் உண்டு. அவையாவன:

1. மொழிபெயர்ப்பாளரை மையமாக் கொண்டு விளக்குவது
2. மொழிபெயர்க்கும் பனுவலை மையமாகக் கொண்டு விளக்குவது
3. கணினியை மையமாகக் கொண்டு விளக்குவது

14 மொழிபெயர்ப்பியல்

1. **மொழிபெயர்ப்பாளரை மையமாக் கொண்டு விளக்குவது**

தருமொழியிலுள்ள தகவலைப் பெறுமொழியில் மொழி பெயர்ப்பாளர் பனுவல் அடிப்படையில் செய்யும் குறியீட்டு மாற்ற முறையே *(Textually based code switching operation)* மொழி பெயர்ப்பு ஆகும். தருமொழியிலுள்ள தகவலைப் பெறுமொழியாளர் புரிந்துகொள்ள மொழிபெயர்ப்பாளர் குறியீட்டு மாற்ற முறையில் தருகிறார்.

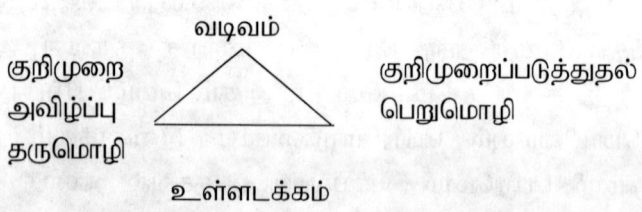

வடிவம்

குறிமுறை அவிழ்ப்பு தருமொழி

குறிமுறைப்படுத்துதல் பெறுமொழி

உள்ளடக்கம்

2. **மொழிபெயர்க்கும் பனுவலை மையமாகக் கொண்டு விளக்குவது**

தருமொழியிலுள்ள எழுத்து வடிவப் பனுவலைப் பெறு மொழியில் ஒத்த வகையில் தொடரியல், பொருண்மையியல் ஆகியவற்றை அடிப்படையாகக் கொண்டு புரிந்துகொண்டு பகுத்து மாற்றித் தருவதே மொழிபெயர்ப்பு ஆகும்.

தருமொழிப் பனுவல்

பெறுமொழிப் பனுவல்

மொழி இணைப்புப் பொருள்

3. **கணினியை மையமாகக் கொண்டு விளக்குவது**

கணினி நிரல் *(computer programme)* பதிலீடு *(substitute)* முறையில் தருமொழி அடையாளக் குறி இணைப்புகளைப் பெறுமொழி அடையாளக் குறி இணைப்புகளாக மாற்றுவதே மொழி பெயர்ப்பு ஆகும். கணினியால் உள்ளடக்கம் பெற்ற எளிய தொடரியல் அமைப்பு, இரட்டை அர்த்தமற்ற எளிய சொற்கள், நடைமுறையில் எளிமை, பொதுவாகத் தரப்படுத்தப்பட்ட பனுவல் பகுதிகள் இருந்தால் தான் இந்தக் கணினி வழிமுறை செயற்பட முடியும்.

தருமொழிப் பனுவல் பகுதியில் உள்ள சொற்களுக்கேற்ற சமமான பெறுமொழிச் சொற்கள் ஒன்றுக்கு ஒன்று ஏற்ற சொற்கள் கணினியின் உள்ளடக்கச் சேமிப்பில் இருந்தால் தான் கணினி மொழிபெயர்ப்பு செய்ய முடியும்.

மேற்கண்ட மூன்று நோக்கு வரையறைகளில் நடுவிலுள்ள மொழிபெயர்க்கும் பனுவலை மையமாகக் கொண்டு விளக்கும் நோக்கு வரையறையே சாலச் சிறந்தது. ஏனென்றால் மொழி பெயர்ப்பு என்பது பனுவலை மையமாகக் கொண்டதேயொழிய வாக்கியங்களையோ வார்த்தைகளையோ மையமாகக் கொண்டதன்று.

பெறுமொழிப் பனுவலைப் பகுத்துணர்ந்து தருமொழிப் பனுவலைத் தொகுத்துத் தருவதே மொழிபெயர்ப்பு ஆகும். இதுவே மொழிபெயர்ப்புப் பணியில் இன்றியமையாத கூறு என்பர். இம்முறையில் மொழிபெயர்ப்பாளர் படிப்படியாகப் பல்வேறு படிநிலைகளின் அடிப்படையில் தம் இலக்கினை நிறைவேற்ற முடிகிறது.

தொல்காப்பியர் தம் பொருளதிகார மரபியலில் வழிநூல்களை நூல் வகைப்படுத்திக் கூறும் நூற்பாவில் (1597) மொழிபெயர்த்து அதர்ப்பட யாத்தல் என ஒன்றினைக் குறிப்பிடுகிறார். அதாவது, மொழிபெயர்ப்பு எனத் தோன்றாதவாறு மூல நூல் போலவே தோன்றுமாறு அதனோடு பொருந்த அமைப்பதே மொழிபெயர்ப்பு ஆகும் என்பது அவர் கருத்து.

சிறந்த மொழிபெயர்ப்பாளர்:

மொழிபெயர்ப்புப் பணியில் ஈடுபடுவோரை மொழிப்பெயர்ப்பாளர் என்று அழைக்கிறோம். அவர்கள் பலதிறப்படுவர்.

1. அறிவியல் தொழிபல்நுட்ப மொழிபெயர்ப்பாளர்
2. பத்திரிக்கை மொழிபெயர்ப்பாளர்
3. வானொலி தொலைக்காட்சிச் செய்தி மொழிபெயர்ப்பாளர்

4. இலக்கிய மொழிபெயர்ப்பாளர்
5. மேடைப்பேச்சு மொழிபெயர்ப்பாளர்
6. நாடாளுமன்ற மொழிபெயர்ப்பாளர்
7. நீதிமன்ற மொழிபெயர்ப்பாளர்
8. வாழ்வியற் கலை மொழிபெயர்ப்பாளர்

முதலிய பலவகையினராக மொழிபெயர்ப்பாளர்களை அடக்கலாம்.

மொழிபெயர்க்கும் பனுவலின் தன்மை, நோக்கம், சுவை, படிப்போர் பண்பு ஆகியவற்றை அறிந்து பணி செய்வது சிறப்பான மொழிபெயர்ப்புக்கு உதவும்.

தருமொழிப் பனுவலின் பொருள்/கருத்து பெறுமொழியில் விடுபடாமல் நேராகத் தரப் பெறுதல் வேண்டும்.

மொழிபெயர்ப்பாளர் தகுதி பற்றி முனைவர் அவ்வை நடராசன்,

“மொழிபெயர்க்கப் பெறும் பெயர்ப்பு, மொழியில் புலமையும், மொழிபெயர்க்கப்படும் மூலமொழி அறிவும், பெயர்க்கப் பெறும் பொருளைப்புரிந்து தெளிவாக வழங்கும் ஆற்றலும் மொழி பெயர்ப்பாளர்க்கு வேண்டிய மும்மைத் தகுதிகளாகும். இம்மூன்றனுள் ஒன்றை ஒன்று விஞ்சுவதாலும், ஒன்றிக்கு ஒன்று குறைவதாலும், ஒன்றின் நீங்கி ஒன்றே நிலை பெறுவதாலும் நிகழ்வன பற்றியும் நாம் கருதிப் பார்க்க வேண்டும். மூல மொழியைவிடப் பெயர்ப்பு மொழியில் தேர்ச்சி பெற்றவர்களால் மூலமொழியின் அருஞ்சொற்களையும், மரபுத் தொடர்களையும், நிகரி முரணிகளையும் அகராதிகள் நிகண்டுகள் ஆகியவற்றின் துணையோடு தம் தாய்மொழித் தகுதி காரணமாக அறிந்து வழங்க முடியும். மூலமொழியின் உணர்வுகளை எல்லாம் பெயர்ப்பு மொழியில் பெய்து காட்ட வேண்டியிருப்பதால் பெயர்ப்பு மொழியின் இயல்புகளை நன்குணர்ந்த புலமை வாய்ந்தவரே

பெயர்ப்பு மொழியைத் தாய்மொழியாக்க் கொண்டவர்களே இப்பணியில் தலைப்படுதற்குத் தக்கவராவர். விளங்கக்கோடலும் வெளிப்படுத்தலும் என இரு கூறாக மொழிபெயர்ப்பு அமைந்தாலும் வெளிப்படுத்தும் திறனைக் கொண்டே மொழியாக்கத்தின் அழகை முழுவதும் அறிய முடியும்" எனக் கூறுகிறார்.

1. அறிவியல் நூல்களை மொழிபெயர்ப்போர் எளிமையாகவும் படிப்போர்க்குப் புரியும்படியும் கலைச் சொல்லாக்கம் செய்துதர வேண்டும்,

2. படைப்பு இலக்கியங்களை மொழிபெயர்ப்போர் மூல மொழியினரின் மரபு, பழக்க வழக்கங்கள், நடை உடை பாவனைகள் ஆகியவற்றையும் நன்கு அறிந்திருக்க வேண்டும்.

3. மொழிபெயர்ப்பாளர்கள் மூல மொழியின் உச்சரிப்பு முறைகளைப் பற்றித் தெளிவாகத் தெரிந்துகொள்ள வேண்டும்.

4. இடம், ஆள் பெயர்களைச் சரியாக உச்சரிக்கும் முறை அறிந்து தருமொழியில் தரவேண்டும்.

5. வெறுப்பு விருப்பற்று நடுநிலையுடன் மொழி பெயர்ப்பாளர்கள் பணியாற்ற வேண்டும்.

மொழிபெயர்ப்பு என்பது அறிவியல் என்று ஒரு சாராரும், ஒரு கலைப் படைப்பு என்று ஒரு சாராரும் கூறுகின்றனர். மொழி பெயர்ப்பில் தருமொழி தரும் செய்திதானே மொழிபெயர்க்கப் படுகிறது. எனவே படைப்புக்கு அங்கே என்ன வேலை இருக்கிறது எனக் கருதியும், தகவலைக் கூட்டாமலும் குறைக்காமலும் திரிக்காமலும் தருவது தானே நேர்மையான மொழிபெயர்ப்பு எனக் கருதியும், மொழிவடிவ மாற்றமே இங்குள்ளது என நினைத்தும் மொழிபெயர்ப்பை அறிவியல் என்று அவர்கள் கருதுகின்றனர். தருமொழிப் பனுவலின் பகுப்புணர்வே இக்கருத்தில் முதலிடம் பெறுகிறது.

மொழிபெயர்ப்பைக் கலை எனக் கருதுவேர் பெறுமொழியில் வெளியிடும் அழகை நினைத்துப் பேசுகின்றனர். "மொழிபெயர்ப்பே ஒரு முறையில் கடினமான இலக்கிய வேலை. அது முதல் நூல் எழுதுவதைக் காட்டிலும் அதிகமான தொல்லை கொடுப்பது. சீமை ஓட்டைப் பிரித்துவிட்டுக் கீற்று வைக்கும் வேலை போன்றது. ஒரு கட்டுக் கோப்பைக் கலைத்து மற்றொரு கட்டுக்கோப்பை ஏற்றுவதில் வெற்றிகொள்ள முடியாது" என்று கூறுகிறார் கு.ப. ராஜகோபாலன்.

"படைப்பாளன் சுதந்திரமான பறவை போன்றவர். கற்பனை வானில் பறப்பதற்குச் சிறகு படைத்தவன். ஆனால் மொழி பெயர்ப்பாளன் கூண்டிற்குள் சிறைப்பட்ட பறவை போன்றவன். சுதந்திரமாய்ப் பறந்து செல்ல முடியாது. தத்தி தத்திக் குதிக்கலாம். அதுகூடக் கூண்டின் சிறைக்கம்பிகளுக்குள்ளே தான் செய்ய இயலும். கூண்டு போன்ற புத்தகத்தை அளிப்பவர் மூல நூலாசிரியர்" என்பார் பெ.நா. அப்புசாமி.

"மொழிபெயர்ப்பு அழகுடையதானால் மெய்ம்மை குறைவுடையதாகும். மெய்ம்மை நலனே பெயர்ப்பில் மேலோங்கினால் புலப்பாட்டுக் கவின் குன்றும். எனவே மெய்ம்மையையும் அழகையும் இணையாக மேவுமாறு செய்வது மொழிபெயர்ப்பில் பெருந்திறன் என்று அறிஞர் கூறுவர்" என்பார் அவ்வை நடராசன்.

மெய்மை நலனால் மொழிபெயர்ப்பு ஓர் அறிவியலாகவும், வெளிப்பாட்டு உத்தியில் தோன்றும் அழகுணர்ச்சியால் அது ஒரு கலையாகவும் காட்சி அளிக்கின்றது எனலாம்.

மொழிபெயர்ப்பின் தேவையும் பயனும்

1. ஒரு மனிதன் மற்றொரு மனிதனுடன் உறவுகொள்ள உரையாட உதவும் கருவி மொழி. ஒரு மொழி பேசும் மனிதன் மற்றொரு மொழி பேசும் மனிதனுடன் உறவு கொள்ள உரையாட

உதவுவது மொழிபெயர்ப்பு ஆகும். எனவே தான் இருவேறு நாட்டு இருவேறு மொழி பேசும் தலைவர்கள் உரையாடும்போது இடையே மொழிபெயர்ப்பாளர் இருந்து கருத்துப் பரிமாற்றத்துக்கு உதவுகிறார்.

2. அறிவியல் வாயிலாக இன்று உலகம் சுருங்கி வருகிறது, ஓர் இடத்தில் நடக்கும் நிகழ்ச்சி உடனுக்குடன் மற்ற இடத்துக்கு வானொலி, தொலைக்காட்சி, செய்தித்தாள் வாயிலாக விரைவில் பரவ வாய்ப்பு ஏற்பட்டுவிட்டது. இந்தத் துறைகளிலெல்லாம் மொழி பெயர்ப்பு இன்றியமையாத பணியாற்றுகிறது என்பது சொல்லித் தெரிய வேண்டியதில்லை.

3. "யாதும் ஊரே யாவரும் கேளிர்" என்று இரண்டாயிரம் ஆண்டுகளுக்கு முன்னே பாடிச் சென்ற கணியன் பூங்குன்றனாரின் கனவாகிய அனைத்துலக உறவு நிலை ஏற்படவும் வழிவகுப்பது மொழிபெயர்ப்பு ஆகும். நாட்டையும் மக்களையும் இணைக்கும் நல்லதொரு பாலமாக அமைவது மொழிபெயர்ப்பாகும்.

4. வணிகத் தொடர்பு, பொருளாதாரம், ஏற்றுமதி இறக்குமதி பெருகவும் மொழிபெயர்ப்பு தேவைப்படுகிறது. அறிவியல் கருவிகள் பற்றி அறியவும் மொழிபெயர்ப்பு அவசியமாகிறது.

5. தனிமனித வளர்ச்சி, சமூக வளர்ச்சி, நாட்டு வளர்ச்சி, அனைத்துலக உறவு ஆகிய அனைத்துத் துறையிலும் மொழிபெயர்ப்புக்கு முக்கிய பங்குண்டு.

6. ஒரு மொழி வளம்பெறவும் மொழிபெயர்ப்புகள் உதவுகின்றன. இலக்கிய வளம், கருத்து வளம், சொல் வளம், புதுமை நோக்கு முதலியன ஒரு மொழியில் பெருக மொழிபெயர்ப்புகள் தேவைப்படுகின்றன.

7. ஒப்பிலக்கியம் என்னும் துறை வளர்ச்சிக்கு உறுதுணையாக இருப்பது மொழிபெயர்ப்பே ஆகும்.

20 மொழிபெயர்ப்பியல்

மொழிபெயர்ப்பின் பயன்களைப் பின்வருமாறு பட்டியலிடலாம்,

1. நாடுகளிடையே நல்லெண்ணத்தினை வளர்த்து உறவுகளைப் பெருக்குவது
2. மொழி வளம் பெருக்குதல்
3. மனித உறவுகளை வளர்த்தல்
4. சிறந்த இலக்கியங்களை அறிய வழிவகுத்தல்
5. ஒப்பிலக்கிய வளர்ச்சிக்கு உறுதுணையாதல்
6. பிற மக்களின் வரலாறு, பண்பாட்டினை அறிய உதவுதல்
7. சுற்றுப் பயணத்துறை வளர்ச்சிக்கு உதவுதல்
8. தகவல் தொடர்பு வளர்ச்சிக்குத் தக்க துணையாதல்
9. அறிவியல் முன்னேற்றத்தை அறிய உதவுதல்
10. மொழிகளிடையே கருத்துப் பரிமாற்றம் நிகழ உதவுதல்
11. அனைத்துலக உறவு பெருகி அமைதி தழைக்க உதவுதல்.

இத்தகைய பயன்களை நல்கும் மொழிபெயர்ப்பு நாளும் வளர்ந்திட வழிவகுக்க வேண்டும் என்பதே மொழிபெயர்ப்பு அறிஞர்களின் உள்ளக்கிடக்கை ஆகும்.

மொழி பெயர்ப்பு வகைமைத் தோற்றமும் வளர்ச்சியும்

இலக்கண, இலக்கிய பாரம்பரியமிக்க தமிழ் முத்தமிழாக மட்டுமின்றி, அறிவியல்த் தமிழாகவும், ஆட்சித் தமிழாகவும், சட்டத் தமிழாகவும் மாற்றம் பெற்று வளர்ந்து கொண்டிருக்கின்றது. இம் மாற்றங்களுக்கு அடிப்படையாக அமைவது மொழிபெயர்ப்பே.

மொழி பெயர்ப்பின் தேவைதான் என்ன? சுமார் 3000 ஆண்டுகளுக்கு முன்னர் தோன்றிய மூத்த தமிழுக்கு 2004 ஆம் ஆண்டு மார்ச் மாதம் தான் செம்மொழி என்னும் அங்கீகாரம் கிடைத்தது. கிரேக்கம், லத்தீன், ஹுப்ரு, பாரசீகம் மொழிகளின் வரிசையில் சமஸ்கிருதமும் தமிழும் செம்மொழிகள் என அறியப்பட்டாலும் சமஸ்கிருத மொழி பரவலாக உலக நாடுகளில் உள்ள அறிஞர்களால் ஆய்வுக்கு உட்படுத்தப்பட்டிருக்கின்றது என்றால் அதற்குக் காரணம் மொழிபெயர்ப்புகளே.

சமஸ்கிருத மொழிக்கு எழுதப்பட்ட இலக்கண நூலான பாணினியம் அல்லது அஸ்டாத்தியாயி என்னும் நூல் மேலை மொழிகள் பலவற்றிலும் மொழிபெயர்ப்பு செய்யப்பட்டு பரவலாக்கம் செய்யப்பட்டிருந்ததே. இன்றுவரை தொல்காப்பியத்துக்கும், சங்க இலக்கியங்களுக்கும் ஏன் தற்கால இலக்கியங்களக்குக் கூட நல்ல மொழி பெயர்ப்புகள் வரவில்லை. எனவே தமிழ்மொழிக்குக் கிடைக்க வேண்டிய பெருமைகள் அனைத்தும் தள்ளிப் போய்க் கொண்டே இருக்கின்றன.

அண்மை காலங்களில் தான் சண்முகம் பிள்ளையும், ஜார்ஜ் ஹராட்டும், ஏ.கே.ராமானுஜமும், லாட்வின்னும் சங்க இலக்கியங்களில் சிலவற்றை மொழிபெயர்ப்பு செய்துள்ளனர். அதைத் தொடர்ந்து செம்மொழி மத்திய நிறுவனம் மொழிபெயர்ப்பு வேலைகளில் ஈடுபட்டுள்ளது.

22 மொழிபெயர்ப்பியல்

ஞானபீட விருது அகிலனுக்கும், ஜெயகாந்தனுக்கும் மட்டுமே சாத்தியப்பட்டது. கன்னட மொழி படைப்பாளர்களும், வங்க மொழி படைப்பாளர்களும் ஞானபீட விருதுகளை அள்ளிக் கொள்வதைக் கண்டு தமிழ் மொழி படைப்பாளிகள் ஏங்கும் நிலையே இன்றுவரை காணப்படுகின்றது.

பாரதியின் படைப்புகள் அனைத்தும் பல்வேறு மொழிகளில் மொழிபெயர்க்கப்பட்டிருந்தால் பல நோபல் பரிசுகள் அவர் காலடியில் குவிந்து கிடந்திருக்கும்.

தாகூரின் கீதாஞ்சலி வங்க மொழியில் எழுதப்பட்டது. அது நோபல் பரிசுக்கு அனுப்பப்பட்ட பொழுது நிராகரிக்கப்பட்டது. ஆங்கிலத்தில் மொழி பெயர்த்து அனுப்பப்பட்ட போதுதான் நோபல் பரிசு கிடைத்தது.

எந்த ஒரு படைப்பும் அந்த மொழி பேசும் மக்களிடையே மட்டுமே முடங்கிப் போய் விடாமல் உலக மக்கள் அனைவருக்கும் மொழிபெயர்ப்பின் வாயிலாக சென்றடைய வேண்டும். அப்பொழுதுதான் அம் மொழியின் சிறப்புகளும் அம்மொழி பேசும் மக்களின் பண்பாடும் ஏனைய மொழிகளைப் பேசும் மக்களைச் சென்றடையும். நம் மொழிப் படைப்புகள் வேற மொழிகளுக்கு மட்டுமல்லாது வேற்று மொழிப் படைப்புகளும் நம் மொழியில் மொழி பெயர்த்தல் வேண்டும். இதையே முண்டாசு கவிஞர் பாரதி,

சென்றிடுவீர் எட்டுத்திக்கும் - கலைச்
செல்வங்கள் யாவும் கொணர்ந்திங்கு சேர்ப்பீர்
பிறநாட்டு நல்லறிஞர் சாத்திரங்கள்
தமிழ் மொழியில் பெயர்த்தல் வேண்டும்
இறவாத புகழுடைய புது நூல்கள்
தமிழ் மொழியில் இயற்றல் வேண்டும்
மறைவாக நமக்குள்ளே பழங்கதைகள்
சொல்வதிலோர் மகிமை இல்லை

திறமான புலமையெனில் வெளி நாட்டோர்
அதை வணக்கம் செய்தல் வேண்டும்.

என உடனடி செயலாக்கத்திற்கு உத்தரவு இட்டார். எனினும் அவருடைய நூல்கள் கூட நிறைவான மொழி பெயர்ப்புகளாக மொழிபெயர்க்கப்பட வில்லை.

மொழி பெயர்ப்பு என்னும் கருத்தாக்கம் மிகத் தொன்மையானது. இதனை ரோமானியர்களின் கண்டுபிடிப்பு என்பர். முதன் முதலில் மொழிபெயர்ப்பின் ஆதாரமாகக் காணப்படுவது 1799ஆம் ஆண்டில் ஹைரோக்ளிப்ஸ் (hieroglyphies) டிமாட்டிக் எழுத்துருக்கள் (demolic characters) மற்றும் கிரேக்க மொழியில் உருவாக்கப்பட்ட ரோசட்டா (Rosetta stone) கல் எனக் கருதப் படுகின்றது. மதக் குருவின் செய்தி ஒன்று மேலே குறிப்பிட்ட மூன்று மொழிகளில் அந்த கல்லில் செதுக்கப்பட்டிருந்தது. இதுவே மொழிபெயர்ப்பின் முதன்மை அடையாளமாகக் கருதப்படுகின்றது.

இலக்கியச் சிந்தனைகள் தாய்மொழி இலக்கியங்களைச் சுற்றி மட்டுமே வளைய வந்த காலத்தில் மொழிபெயர்ப்பின் இருப்பு அதிகமாக உணரப்படவில்லை என்னும் இராசாராமின் (2014:13) கருதுகோள் இன்றும் இருப்பதாகத் தான் அறிய முடிகின்றது.

மொழிபெயர்ப்பு பற்றிய சிந்தனைகள் எப்பொழுது வலுப்பெறும் எனில் மற்றொரு மொழியில் எழுதப்பட்ட இலக்கியங்களின் அறிமுகமும், அறிவும் தாய்மொழி இலக்கியம் தாண்டிய தேடலை வற்புறுத்தும் போதுதான்.

கிரேக்கத்தில் 1791 ஆம் ஆண்டு அலெக்சாண்டர் ஃப்ரேஸ் என்பவர் மொழிபெயர்ப்புக் கொள்கைகள் குறித்துக் கட்டுரை எழுதிய காலம்வரை, சுமார் 1700 ஆண்டுகள் சிசெரோ மற்றும் ஹொரேஸ் ஆகியோரின் சிந்தனைகள் மொழிபெயர்ப்புத் தளத்தில் விவாதப் பொருளாக இருந்து வந்தன.

ரோமான்ய அறிஞர்கள் மொழி பெயர்ப்பில் எதிர்கொண்ட பிரச்சனைகள் ஏராளம். ‘சொல்லுக்குச் சொல்’ ‘பொருளுக்குப் பொருள்’ என்னும் இருநிலை கருத்தாக்கங்கள் நிலவி வந்தன. சொல்லுக்குச் சொல், பொருளுக்குப் பொருள் என மூலமொழிக்கு உண்மையாக இருப்பதைக் காட்டிலும் இலக்குமொழியில் பொருளையும், நடை உள்ளிட்ட அழகியலையும் பேணுவதே ஒரு மொழி பெயர்ப்பாளியின் நோக்கமாக இருக்க வேண்டும் என்பது ஹொரேஸின் கருத்தாக இருந்தது. எனினும் இருபதாம் நூற்றாண்டு வரை மூல மொழியின் புனிதத்தன்மை பாதுகாக்கப்பட வேண்டும் என்பதில் மொழிபெயர்ப்பாளர்கள் மிக கவனமாக இருந்தனர்.

ஆய்வுலகில், மொழி பெயர்ப்பைப் பற்றிய தெளிவான அறிவு பண்டைத் தமிழருக்கு இருந்ததைத் தொல்காப்பியம் வழி அறியலாம். தொல்காப்பியர் நூல் வகைகளை முதல் நூல், வழிநூல் என்று பாகுபடுத்துவார். வழிநூலை விளக்குகின்ற போது தொகைநூல், விரிநூல், தொகைவிரிநூல், மொழிபெயர்ப்பு நூல் என நான்கு வகையாக பகுத்துக் காட்டுவார்.

தொகுத்தல், விரித்தல், தொகைவரி, மொழி பெயர்த்து
அதர்ப்பட யாத்தலோடு அவை மரபினவே
(தொல்.1597)

என்பது தொல்காப்பிய நூற்பா.

மேலும் இலக்கியச் சொற்களை வகைப்படுத்தும் போது, தொல்காப்பியம் இயற்சொல், திரிசொல், திசைச்சொல், வடசொல் என நான்கு வகையாக விளக்க முற்படுகின்றது.

இதில் வடமொழிச் சொற்களைத் தமிழில் எழுதுகின்ற பொழுது பின்பற்ற வேண்டிய நெறிமுறைகளையும், தொல்காப்பியர் விதிகளாக வகுத்துத் தந்துள்ளார். வடமொழிச் சொற்களைத் தமிழில் எழுதுகின்ற பொழுது வடமொழிக்கே உரிய சிறப்பு எழுத்துக்கள்

இருப்பின், அவற்றை நீக்கிவிட்டு தமிழுக்குப் பொருந்தி வரக்கூடிய எழுத்துக்களைக் கொண்டு அந்தச் சொற்களை எழுதவேண்டும். அவ்வாறு எழுத்துப் பெயர்ப்பு செய்து எழுதுகின்ற பொழுது, மூல மொழியாகிய வடமொழிச் சொற்களின் வடிவம் சிதைந்து போனாலும் அவற்றை வடமொழிச் சொற்களாகவே கருதுகின்றார்.

பல்லவர் காலம் முதல், தமிழ் இலக்கிய வகைகளில் நேரடியான மொழிபெயர்ப்புகளும், தழுவல்களும், சுருக்கங்களும் வெளிவந்துள்ளன. பல்வேறு வகையான பிறமொழி இலக்கியங்களும், புனித நூல்களும், சாத்திரங்களும், தமிழில் மொழிபெயர்க்கப்பட்டுள்ளன. கொடுத்த கொடை குறைவு, கொண்டது அதிகம்.

மொழி பெயர்ப்புப் படைப்புகள் இலக்கிய ரீதியில் தமிழுக்கு வளம் சேர்த்தது 1950க்குப் பின்னதாக என்று கூறப்படுகின்றது. உலக இலக்கியப் பரப்பினைத் தமிழர் அறிந்துகொள்ள வேண்டுமொன்ற நோக்குடன் பிற நாட்டுப் படைப்புகள் நூற்றுக் கணக்கில் தமிழாக்கப்பட்டன. விடுதலைக்குப் பின்னர் அனைவரும் கல்வி கற்கும் சூழல் ஏற்பட்டது. இச்சூழலின் காரணமாக தமிழ்ப் படைப்புகள் அதிக அளவில் தமிழ் மொழியில் வெளியாயின. விமரிசனங்களும் மதிப்பீடுகளும் சரியான திசைவழியில் சென்றன. அப்பொழுது மொழி பெயர்ப்புப் படைப்புகளையும் மக்கள் விரும்பி வாசித்தனர் எனினும் தமிழ்ப் படைப்புக்களின் தனித்துவத்திற்கு முக்கியத்துவம் தரப்பட்டதாக கூறப்படுகின்றது.

மொழி பெயர்ப்பு இலக்கியங்களின் வருகை காலனிய இந்தியாவில் வாழும் தமிழர்களின் பாரம்பரிய இலக்கிய ஆளுமை புறக்கணிக்கப்பட்டு விடுமோ நவீன இலக்கியங்கள் மலினப் படுத்தப்பட்டு தமிழர்களின் அடையாளம் சிதைந்து விடுமோ என்ற ஒரு சூழலும் ஒரு காலத்தில் காணப்பட்டது.

பின்னர் உலகமயமாக்கலின் காரணமாக மேலை நாடுகளிலிருந்து பல்வேறு பொருட்களும் கட்டுப்பாடற்று வந்திறங்கின. உருளைக்கிழங்கு சிப்ஸ், கோகோ கோலா, பவர் சூக்கள், அழகு சாதனங்கள், உணவுப் பொருட்கள் என்று நவீனத் தமிழர்களின் வாழ்வியல் கட்டமைக்கப்பட்டதன் விளைவாக பல்வேறு மொழி பெயர்ப்புகள் வரத் தொடங்கியுள்ளன. எனினும்கூட நம் இலக்கியங்கள் நம் பண்பாடு வேற்று மொழிகளுக்குக் கடத்தப் பட்டதா எனில் அது ஒரு கோள்விக் குறியாகவே உள்ளது. திருக்குறளை உலக மொழிகள் அனைத்திற்கும் கொண்டும் செல்லும் தீவிர முயற்சி மேற்கொள்ளப்பட்டு வருகின்றது. யுனஸ்கோவும் திருக்குறளை உலகப் பொதுமறையாக அறிவிக்க இருக்கின்றது. மொழிபெயாப்புப் பெயர்ப்புகளைப் பொறுத்த வரையில் நீண்ட நெடிய பயணத்தை மேற்கொள்ள வேண்டியுள்ளது.

மொழிபெயர்ப்பின் வகைகள்

மொழிபெயர்ப்பை பல்வேறு வகையாகப் பிரிக்கலாம். ஒவ்வொரு வகையும் ஒவ்வொரு விதிமுறைக்குட்பட்டதாக இருக்கிறது. இவ்விதிமுறைகளின் அடிப்படையில் உருவாகும் மொழிபெயர்ப்பைப் பல்வேறு விதமாக விளக்கமளித்துள்ளனர்.

கேசகிரண்டே

கேசகிரண்டே (1954) மொழிபெயர்ப்பதைப் பற்றிக் கூறும் போது நான்கு வகையாகப் பிரித்துப் பார்க்கின்றார்.

வழக்கு மொழி பெயர்ப்பு *(Pragmatic translation)*

ஒரு கருத்தைத் துல்லியமாகத் தெரிவிக்க வேண்டும் அல்லது பெயர்க்க வேண்டும் என்ற ஆர்வத்தில் தருமொழி அமைப்பில் எடுத்துரைக்கப்படும் செய்தியை பெறுமொழிக்குக் கொண்டு செல்லும் நிகழ்வு இவ்வகையைச் சாறும்.
எ.கா.: பத்திரங்கள், பதிவேடுகள்.

அழகியலும் கவிதையும் *(Aesthetics & Poetic)*

இலக்கிய வகைகளான கவிதை, நாடகம், பாராட்டுரை, வசனம் ***(sonnet, heroic, couplet, dramatic dialogue)*** ஆகியவற்றின் மொழிபெயர்ப்புகளில் இவ்வகையான பெயர்ப்பைக் காணக் கூடும். அதோடு மட்டுமல்லாது அனைத்து இலக்கிய மொழி பெயர்ப்பும் இவ்வகையுள் அடங்கும்.

இனவியல் மொழிபெயர்ப்பு *(Ethnographic Translation)*

இவ்வகை மொழிபெயர்ப்பு பண்பாட்டுச் சூழலை மையமாகக் கொண்டதாகும். தருமொழியில் சொல்லப்பட்ட செய்தியை அல்லது

கருத்தைப் பண்பாட்டு பின்னணியில் வைத்து அணுகி வெளிக் கொணரும் நிகரனைக் கொண்டு பெறுமொழியில் பெயர்ப்பதாகும்.

எ.கா. : எஸ்கிமோக்கள் வண்டியை இழுப்பதற்கு நாயைப் பயன்படுத்துகிறார்கள்

மொழி இனப்பெயர்ப்பு (Linguistic Translation)

தருமொழியின் இலக்கண அமைப்பில் ஒரு உருபனின் உறுப்புகளுக்கு இணையான பொருளைத் தெரிவு செய்யும் பெயர்ப்பு நடவடிக்கையை இவ்வகையினதாக கொள்ளலாம். தருமொழியில் கூறப்பட்ட கருத்துச் சிதைவுறாமல் பெயர்க்கப்பட வேண்டும்.

செவொரி (1957)

இவரும் மொழிபெயர்ப்பு வகைகளை நான்கு விதமாகக் குறிப்பிடுகிறார்.

துல்லியாமான மொழிபெயர்ப்பு (Perfect Translation)

கருத்து செறிவுள்ள தொடர் அல்லது உரைக்கோவையை முழுவதுமாகத் துல்லியமாகத் தருமொழியிலிருந்து பெறுமொழிக்கு மாற்றும் நடவடிக்கையை இவ்வகையினதாக கொள்ளலாம்.

எ.கா. : விளம்பரத்திற்குரிய மொழிபெயர்ப்பு.

தேவைக்குத் தகுந்த மொழிபெயர்ப்பு (Adequate Translation)

தரும்மொழியிலிருந்து ஒரு பெயர்ப்பு நடவடிக்கையை மேற்கொள்ளும் போது சொற்கள் மீதோ, தொடர்கள் மீதோ, சரிவர பெயர்க்கவில்லை என்ற குறை கூறத் தேவையில்லாத் வாதத்திற்கு இடமில்லாமல், ஒரு திருப்திகரமான மொழிபெயர்ப்பை

பெறுமொழிக்குக் கொடுப்பது இவ்வகையான மொழிபெயர்ப்புக்குள் அடங்கும்.

எ.கா. அறிஞர்களால், அறிவு பெற ஆர்வமுள்ள ஆய்வாளர்களுக்காகவும், மாணவர்களுக்காகவும் பெயர்க்கப்படும் இலக்கிய மொழிபெயர்ப்பு.

கட்டு மொழிபெயர்ப்பு *(Composite Translation)*

தருமொழியிலுள்ள உரைநடையைப் பெறுமொழி உரைநடைக்குப் பெயர்ப்பதும் தருமொழிக் கவிதை நயத்தைப் பெறுமொழியில் உரைநடையாகப் பெயர்ப்பதும், தருமொழிக் கவிதையை பெறுமொழிக் கவிதைக்குப் பெயர்ப்பதும் இவ்வகைக்குள் அடங்கும்.

அறிவியல் தொழில் நுட்ப மொழிபெயர்ப்பு *(Scientific and Technical Translation)*

இவ்வகையாமன மொழிபெயர்ப்பு செய்தியை முதன்மையாக வைத்துச் செயல்படும் ஒரு பெயர்ப்பு நடவடிக்கையாகும். இங்கே கருத்துத் தெளிவிற்குக் கூட இரண்டாவது பட்சமான இடம்தான். தருமொழியின் ஆழ் செய்திகளுக்கு முக்கியத்துவம் கொடுத்துப் பெயர்ப்பதையே இவ்வகை மொழிபெயர்ப்பு முழுவதுமாக உணர்த்துகிறது.

வினெ மற்றும் டார்பல்நெட் (1958)

மொழிபெயர்ப்பில் நிகழும் சிக்கல்களை மையமாக்க் கொண்டு கனடா மொழிபெயர்ப்புக் கழகம் ஏழுவகையான மொழிபெயர்ப்பு நெறிமுறைகளைக் கூறுகின்றது.

சொல்லுக்குச் சொல் மொழிபெயர்ப்பு *(Word-for-word Translation)*

இவ்வகையான நெறிமுறையைக் கொண்டமைந்த மொழிபெயர்ப்பில் கருத்தையோ அல்லது செய்தியையோ தருமொழி சொல்லுக்கு இணையாகப் பெறுமொழியில் தெரிவு செய்தல் என்ற நிலையில் அமைவதகும். இது அமைப்பளவில் மட்டும் நிகழும் ஒரு வகைப்பெயர்ப்பாகும்.

படிபெயர்ப்பு (அ) படி எடுத்தல் *(Copy)*

தருமொழியின் இலக்கணக் கட்டமைப்பை அப்படியே பெறுமொழியில் இடம்பெறச் செய்யும் ஒரு வகைபெயர்ப்பாகும். இவ்வகையான பெயர்ப்பில் கட்டமைவு (Construction) என்ற அளவில் மட்டும் ஒரு மொழிபெயர்ப்பாளரின் கவனம் செலவிடப்படும்.

கடன் சொற்பெயர்ப்பு *(Loan Translation)*

இது அயற்மொழிச் சொல்லை அறிமுகப்படுத்தும் ஒரு வகை மொழிபெயர்ப்பாகும். தருமொழியின் சொல்லுக்கு இணையான நிகர்மையைக் கொடுக்கும் நிலை, மொழிபெயர்ப்பாளருக்கு ஏற்படும் போது அம்மொழிபெயர்ப்பாளர் வேற்று மொழியிலிருந்து கடனாகச் சொல்லைப் பெற்றுத் தருமொழிச் சொல்லுக்குரிய நிகரனாக அமைத்தல்.

மொழி இடப்பெயர்ப்பு *(Transposition)*

தருமொழியின் பேச்சில் ஒரு பகுதியைப் பெறுமொழியில் திரும்பக் கொடுக்கச் செய்யும் ஒரு வகையான இடமாற்ற நிகழ்வையே இவ்வாறு கருதலாம். ஆங்கிலத்தில் Translation (மொழிபெயர்ப்பு) என்ற சொல்லுக்கு Transduction என்று வழக்கில் பயன்படுத்துவதைக் காணலாம் அதாவது பதிலியாக வேறு ஒரு

வழக்குச் சொல்லைக்கொண்டு தருமொழிச் சொல்லின் நிகரனாக அமைக்கப்படுவதாகும்.

மாற்றியமைத்தல் *(Modulation)*

தருமொழியிலிருந்து பெறுமொழிக்குப் பெயர்ப்பு செய்யும் பொது அதன் மாற்றல் நடவடிக்கையில் நிகழும் வேறுபாட்டை மையாமாக்க் கொண்டு பெறும்மொழி நிகரனை சீர் செய்து மாற்றியமைக்கும் முறையை இவ்வாறு பொருள் கொள்ளலாம்.

தழுவல் மொழிபெயர்ப்பு *(Adaptation)*

தருமொழிப் பனுவலில் சொல்லப்பட்ட புரியாத அல்லது அறிமுகமில்லாத ஒருவகைச் சூழல்சார்ந்த சொல்லைப் பெறும் மொழியில் தேவைப்படும் குறிப்புகளுக்குட்படுத்தி நிகரனாக்கிப் பெயர்க்கப்படும் வகை இதற்குள் அடங்கும்.

காட்ஃபோர்டு (1965)

ஒரு மொழிபெயர்ப்பு நிறைவுடையதா அல்லது குறையுடையதா என்பதை அறிவதோடு அம்மொழிபெயர்ப்பு சிறந்ததா என்பதைச் சோதிக்கவும் காட்ஃபோர்டின் இந்த விளக்கமான வகைகள் பயன்படுகின்றன.

விரிவுத்தன்மை அடிப்படையில்......

முழுமையான மொழிபெயர்ப்பு *(Full Translation)*

தருமொழியைப் பெயர்க்கும் போது எந்த ஒரு தருமொழிக் கூறுகளையும் விட்டு விடாமல் (சொல், கருத்து, நடை) அனைத்துத் தன்மையையும் பெறுமொழிக்கு எடுத்துச் சென்று மொழி பெயர்ப்பை நிறைவு செய்யும் வகையை முழுமையான பெயர்ப்பு என கூறலாம்.

பகுதி மொழிபெயர்ப்பு *(Partial Translation)*

தருமொழியின் அனைத்துக் கூறுகளிலும் ஏதாவது சில கூறுகளை மட்டும் பெறுமொழிக்கு மாற்றியமைத்து மற்ற கூறுகளை விட்டுப் பெயர்க்கப்பட்டிருக்கும் மொழிபெயர்ப்பை குறையுடைய அல்லது பகுதி மொழிபெயர்ப்பு எனக் கூறலாம்.

அளவுகளின் அடிப்படையில்....
நிறைவுப் பெயர்ப்பு *(Total translation)*

தருமொழியின் எல்லா மொழிக் கூறுகளையும் அல்லது எல்லா மொழி உறுப்புகளையும் பெயர்க்கப்படும் இவ்வகையில் எந்தவொரு பொருள் தரும் இலக்கண உறுப்புகளும் விடுபடாது தருமொழி அமைப்பு முழுமையும் பெயர்த்து பெறுமொழியை நிறைவு செய்வதாகும்.

நிபந்தனைப் பெயர்ப்பு *(Restricted Translation)*

பெறுமொழிக்கு மாற்றம் பெறும் தருமொழியின் அமைப்பில் பெயர்க்கப்படும்போது அதன் உறுப்புகள் ஒரு கட்டுப்பாட்டிற்குள் அடங்கி ஒரு விதிமுறைக்குட்பட்டு நிகர்மையைக் கொடுத்து பெயர்ப்பை நிறைவு செய்கிறது.

தரத்தின் அடிப்படையில்....
தரம் சார்ந்த மொழிபெயர்ப்பு *(Range - bound Translation)*

தருமொழிச் சொல்லுக்கிணையாகப் பெறுமொழியில் தெரிவு செய்யும் நிகரன்கள் இலக்கண வரையறைக்குட்பட்டுத் தரம் மிக்கதாய் ஒரு ஆற்றல் மிகுந்தும் ஒரு சரியான நிகர்மையைக் கொடுக்கவல்லதுமாக இருக்கும்பட்சத்தில் பெயர்க்கப்பட்டிருக்கும் மொழியைத் தரமிக்கது என்று நற்சான்றிதழ் கொடுக்கலாம்.

தரம் சாராத மொழிபெயர்ப்பு *(Range - free bound Translation)*

ஒரு சராசரி மொழிபெயர்ப்பாகப் பெறுமொழியைக் காணும் பட்சத்தில் அதன் இலக்கண மாற்றமும் நிறைவில்லாமல் போகும் வாய்ப்பிருப்பதால் அவ்வகையான பெயர்ப்பைத் தரம் சாராத மொழிபெயர்ப்பாகவே கருதுகிறார்.

ஜேகோப்சன் (1974)

மூன்று விதமான மொழிபெயர்ப்பைக் கூறுகிறார்.

உள்பேச்சு மொழிபெயர்ப்பு *(Intralingual Translation)*

ஒருமொழியின் மொழிசார் குறிப்பை (Verbal sign) அதே மொழியில் பொருள்கோள் செய்வது உட்பேச்சு அல்லது மீள் சொல்லாக்கம் (re- wording) என்ற வகையைச் சாரும்.

வெளிப்பேச்சு மொழிபெயர்ப்பு *(Interlingual Translation)*

ஒருமொழியின் மொழிசார் குறிப்பை வேறு ஒரு மொழிக்கு பொருள்கோள் செய்வதை வெளிப்பேச்சுப் பெயர்ப்பு நடவடிக்கை எனக் கொள்ளலாம்.

வெளிச் செய்கை மொழிபெயர்ப்பு *(Inter Semiotic Translation)*

ஒரு மொழியின் மொழிசாராக் குறிப்பு முறையை மொழிசார் குறிப்பிற்குப் பொருள்கோள் செய்யும் பெயர்ப்பை வெளிச் சைகைப் பெயர்ப்பு எனலாம்.

நைடா (1974)

ஒரு தரமுள்ள மொழிபெயர்ப்பை இரண்டு வகையாகச் சொல்கிறார்.

முறைசார் நிகரன் *(Formal Equivalence)*

தருமொழிப் பனுவலின் அமைப்புக் கூறுகளைப் பொறிநுட்பமாகப் பெறுமொழிக்கு மாற்றி மறு உருவாக்கம் செய்யப் படுவது இவ்வகையைக் குறிக்கும். இயங்கியல் நிகரனைக் கொண்டு பெறுமொழிக்கு மறு உருவாக்கம் செய்வது என்பதுவும் பொருள்படும்.

ஆற்றல்மிகு நிகரன் *(Dynamic Equivalence)*

தருமொழியில் சொல்லப்பட்ட செய்தியை அப்படியே எடுத்துச் சென்று பெறுமொழியை உருவாக்குவதாகும்.

லெ.ஃ.பேவர் (1975)

இலக்கிய வகை மொழிபெயர்ப்பு என்ற நிலையில் ஆறு வகையான மொழிபெயர்ப்பைப் பற்றிக் குறிப்பிடுகிறார்.

ஒலியனியல் மொழிபெயர்ப்பு *(Phonemic Translation)*

மொழியிலுள்ள அனைத்து மொழியியற் கூறுகளிலும் மையமானதான ஒலியை மட்டும் கையகப்படுத்தித் தருமொழியைப் பெயர்க்கும் முயற்சிக்குள் அடங்கும் ஒருவகை பெயர்ப்பாகும்.

இயற்கை மொழிபெயர்ப்பு *(Literal Translation)*

பொருண்மையியல் கோட்பாட்டடிப்படையில் அமையப் பெறும் இவ்வகை மொழிபெயர்ப்பில் தருமொழிப்பனுவலின் பொருளுக்கு முக்கியத்துவம் கொடுத்து பொருள்சிதைவு ஏற்படாமல் பெறுமொழிக்குப் பெயர்த்துச் செல்வதையே இவ்வகை உணர்த்துகிறது.

கவிதையை உரையாகப் பெயர்ப்பது *(Translation of Verse into Prose)*

இவ்வகையில் தருமொழியின் கவிதை நயத்தைப் பெறும் மொழியில் உரைநடையாகப் பெயர்ப்பதையே குறிப்பிடுகிறார்.

மொழி நீளளவுப் பெயர்ப்பு *(Metrical Translation)*

தருமொழிப்பனுவலின் அமைப்பின் நீளளவையைப் பெறுமொழியில் அதே அளவை மையப்படுத்திப் பெயர்பதாகும்.

ஓசை மொழிபெயர்ப்பு *(Translation of Rhymes)*

தருமொழியின் கவித்துவம் கெடாத அளவிற்குப் பெறு மொழியில் தருமொழியில் அமைந்த ஓசை நயத்தோடு கூடிய பனுவலை, அப்படியே கவனமாக பெறுமொழிக்குப் பெயர்த்தெடுப்பது இவ்வகையாகும்.

பா வகையைப் பா வகையாகவே பெயர்த்தல் *(Translation of Verse into Verse)*

தருமொழிப் பனுவலின் இலக்கிய அமைப்பிலுள்ள 'பா' வை அப்படியே பெறுமொழிக்குத் திரும்பப் பெறுவது இவ்வகை மொழிபெயர்ப்பில் அடங்கும்.

ஹவுஸ் (1977)

பெறுமொழி வாசகர்களையும் மொழிபெயர்ப்பாளர் களையும் மையப்படுத்தி அமையும் பெறுமொழிப் பனுவலின் தொடர்பை அடிப்படையாகக் கொண்டு நிகழும் மொழிபெயர்ப்பை இரண்டாக வகைபடுத்துகிறார்.

மிகை மொழிபெயர்ப்பு *(Overt Translation)*

இவ்வாறான மொழிபெயர்ப்பில் பெறுமொழியில் பெயர்க்கப்பட்ட பனுவல் தருமொழியின் பண்பாட்டுக்குட்பட்டு

பெயர்க்கப்படுவது என்றும் இப்பெயர்ப்புக்கு தருமொழியின் அங்கீகாரப் பெயர்ப்பு என்பது வாசகருக்கு தெரிந்திருத்தல் வேண்டும். இலக்கிய வகை மொழிபெயர்ப்புகள் இவ்வகையுள் அடங்கும்.

மறைவு மொழிபெயர்ப்பு *(Covert Translation)*

எல்லா வகையான தொழில்சார், அறிவியல் தொழில் நுட்பப் பனுவல் மொழிபெயர்ப்புகள் இவ்வகையினதாகக் கொள்ளலாம். இரண்டு அல்லது பலமொழிகள் ஒரே மொழிக்குள் அடக்கம் என்பதை போலத் தோன்றும் இயல்பைக் கொண்ட பெயர்ப்பாகும்.

நியூமார்க், பி (1988)

பதினாறு விதமான மொழிபெயர்ப்புகளை வகைப் படுத்துகிறார்.

புலப்பாட்டு மொழிபெயர்ப்பு *(Communicative Translation)*

தருமொழி வாசகர்களிடமும் பெறுமொழி வாசகர்களிடமும் ஒரே மாதிரியான தாக்கத்தை ஏற்படுத்தவல்ல ஒரு விதமான மொழிபெயர்ப்பாகும்.

பொருண்மை மொழிபெயர்ப்பு *(Semantic Translation)*

தருமொழி பனுவலின் துல்லியமான பொருளைத்திரும்ப சேமித்து வைக்கும் பெயர்ப்புச் செயலாகும். இப்பெயர்ப்பு, சொற்களையும் தொடர்களையும் தொடர்ந்தவாறு ஆய்வு செய்வதாகும்.

தகவல் மொழிபெயர்ப்பு *(Informational Translation)*

இவ்வகையான மொழிபெயர்ப்பில் தருமொழியின் அமைப்பையோ, நடையையோ உருவாக்குவது தவிர்த்து,

நோக்கீட்டுப் பொருளை *(referential content)* உருவாக்குவதே ஆகும். இப்பெயர்ப்பு விரிவுரையிலிருந்து சுருக்கவுரையாக ஆக்கம் பெற வாய்ப்புண்டு.

இயல்பான மொழிபெயர்ப்பு *(Formal Translation)*

தருமொழியின் கருத்தைப் புறந்தள்ளி மொழி அமைப்பை மட்டும் பெறுமொழிக்குப் பெயர்த்தெடுப்பதாகும்.

முழு உரை மொழிபெயர்ப்பு *(Full Translation)*

தருமொழியின் ஒலி நயத்தை விட்டு, மொழி அமைப்பை மட்டும் பெறுமொழியில் உருவாக்கித் தருமொழிப் பனுவலுடன் ஒத்துக் காணப்படும் ஒரு வகையாகும்.

கிடைவரிசை மொழிபெயர்ப்பு *(Interlinear Translation)*

தருமொழியில் அமைந்த சொல்லின் வரிசையைப் பெயர்ப்பதற்கு முக்கியத்துவம் கொடுத்துச் சொல்லுக்குச் சொல்லாக பெயர்ப்பது இவ்வகையுள் அடங்கும்.

இயற்கையான மொழிபெயர்ப்பு *(Literal Translation)*

தருமொழியின் தொடர் அமைப்பைக் கருத்தில் கொண்டு சூழலைப் புறக்கணித்துத் தருமொழியின் எல்லாச் சொற்களையும் பெறுமொழிக்குப் பெயர்ப்பது இவ்வகையைச் சாரும்.

நடை மொழிபெயர்ப்பு *(Stylistic Translation)*

பெறுமொழியின் நடையை மிகச் செம்மையாக மாற்றுவதற்கான அடிப்படையில் தருமொழியின் பனுவல்களைப் பெயர்ப்பதாகும்.

பகுப்பாய்வு மொழிபெயர்ப்பு *(Analytical Translation)*

தருமொழியின் அமைப்பைப் பெறுமொழிக்கு மாற்றும் செயலாகும். அவ்வாறு மாற்றும்போது தருமொழி அமைப்பு அதிகபட்சப் பொருள் தரக்கூடிய தரமுள்ள சொற்களை நிகரனாகக் கொடுத்து அமைவதைக் குறிப்பிடுகிறது.

போலச் செய்தல் *(Imitation)*

இவ்வகையானது ஒரு பட்சமான பெயர்ப்பு நடவடிக்கை யாகும். தருமொழி அமைப்பையோ அல்லது கருத்தையோ அதே போலப் பெறுமொழியில் அமைப்பது.

சேவை மொழிபெயர்ப்பு *(Service Translation)*

பயன்பாட்டில் இல்லாத அறிமுகமாகாத சொற்களை மொழிபெயர்ப்பில் இடம்பெறச் செய்வது இவ்வகையான மொழிபெயர்ப்பாகும்.

மொழிபெயர்ப்பு கொள்கைகளை தந்தவர்கள் பலர் இருக்கலாம். எனினும் மிகச் சிலரின் கொள்கைகளே இங்கே கொடுக்கப்பட்டுள்ளது.

மொழிபெயர்ப்பு என்னும் பெருவரம்

இலக்கண, இலக்கிய பாரம்பரியம் மிக்க தமிழ் முத்தமிழாக மட்டுமின்றி ஐந்தமிழாக அறிவியல் தமிழாகவும், ஆட்சித் தமிழாகவும், சட்டத் தமிழாகவும், மாற்றம் பெற வேண்டும். அவ்வாறு மாற்றம் பெறுவதற்கு மொழிபெயர்ப்பு தலையாய பங்கு வகிக்கின்றது என்றால் அது மிகையாகாது.

மொழிபெயர்ப்பு ஏன் வரமாகக் கருதப்பட வேண்டும். மொழிபெயர்ப்பின் தேவை தான் என்ன?

ஆங்கிலத்திலிருந்து தமிழ்மொழிக்கு மொழிபெயர்ப்பு செய்யப்பட்ட இலக்கியங்கள் ஏராளம், சகப்பிரியரின் நாடகங்களில் சொர்க்க நீக்கம், ரஷ்ய நாட்டிலே உதித்து எழுந்த பல படைப்புகள் தமிழ் மொழியிலே மொழிபெயர்க்கப்பட்டுள்ளன. ஆனால் தமிழ்மொழியிலிருந்து இலக்கியங்கள் எத்தனை மொழிகளில் மொழிபெயர்க்கப்பட்டுள்ளன. பாரதியின் படைப்புகள் அனைத்தும் பல்வேறு மொழிகளில் மொழிபெயர்க்கப்பட்டிருந்தால் பல நோபல் பரிசுகள் அவர் காலடியில் குவிந்து கிடந்திருக்கும்.

தாகூரின் கீதாஞ்சலி ஆங்கில மொழியில் மொழி பெயர்க்கப்பட்ட போது தான் அவருக்கு நோபல் பரிசு கிடைத்தது. எந்த ஒரு படைப்பும் அந்த மொழி பேசும் மக்களிடையே மட்டும் முடங்கிப் போய்விடாமல் உலக மக்கள் அனைவருக்கும் மொழி பெயர்ப்பின் வழியாக சென்று அடைய வேண்டும். அப்பொழுது தான் அம்மொழியின் சிறப்புகள் அனைத்து மக்களையும் சென்று அடையும் நம் மொழி படைப்புகள் மட்டுமன்றி வேற்று மொழி படைப்புகளும் மொழிபெயர்ப்பு செய்யப்பட வேண்டும். இதையே முண்டாசு கவிஞன் பாரதி,

சென்றிடுவீர் எட்டுத்திக்கும் - கலைச்
செல்வங்கள் யாவும் கொணர்ந்திங்கு சேர்ப்பீர்
பிறநாட்டு நல்லறிஞர் சாத்திரங்கள்
தமிழ்மொழியில் பெயர்த்தல் வேண்டும்
இறவாத புகழுடைய அவநூல்கள்
தமிழ்மொழியில் இயற்றல் வேண்டும்
மறைவாக நமக்குள்ளே பழங்கதைகள்
சொல்வதிலோர் மகிமை இல்லை
திறமான புலமையனில் வெளிநாட்டோர்
அதை வணக்கஞ் செய்தல் வேண்டும்

என உடனடி செயலாக்கத்திற்கு உத்தி விடுகிறார்.

மொழிபெயர்ப்புகள் தான் அருகிக் காணப்பட்டனவே அன்றி மொழிபெயர்ப்பு பற்றிய சிந்தனை தொல்காப்பியர் காலத்திலிருந்தே இருந்துள்ளது. நமது தாய்மொழியில் இல்லாத அறிவு சான்ற செய்தி வேறு மொழிகளில் இருக்குமானால் அவற்றைத் தம் மொழியில் மொழிபெயர்த்துக் கொள்வது காலந் தோறும் நடந்து வருகின்றது. இதற்கான விதியாக தொல்காப்பியர்

தொகுத்தல் விரித்தல் தொகைவிரி மொழிபெயர்த்து
அதர்பட யாத்தலோடு அனை மரபினவே (மரபியல்.97)

என்கிறார். இங்கே தொல்காப்பியர் மொழிபெயர்ப்பு நூல்களையும் கணக்கில் எடுத்துக் கொள்ள வேண்டும். அவ்வாறு மொழி பெயர்க்கும் போது பொருள் பிறழாமையுடன் செய்ய வேண்டும் என்று பேராசிரியர் பொருள் உரைக்கின்றார். மொழிபெயர்த்து அதர்படயாத்தல் என்று சுட்டுவதில் இருந்து மொழிபெயர்ப்பு நூல்களைப் பற்றி தொல்காப்பியர் அறிந்திருந்தார் என்பது தெளிவு. வடமொழி பனுவலை மொழிபெயர்த்துத் தமிழ்மொழியாற் செய்தல்

எனப் பொருள்படும். எனவே மொழிபெயர்ப்பு பற்றிய சிந்தனை மரபு, எவ்வாறு மொழிபெயர்ப்பு செய்யப்பட வேண்டும் என்பன தொல்காப்பியர் காலம் தொட்டு இருந்த போதும் நல்ல மொழிபெயர்ப்புகள் ஏன் செய்யப்படவில்லை. அதற்கு காரணம் தமிழ்மொழியின் மொழி, பண்பாட்டு கட்டமைப்பு காரணமாக இருக்குமோ என்ற வினாவும் எழாமல் இல்லை.

மொழிபெயர்ப்பின் பயன்கள் யாவை என்பது அடுத்த வினா. பயன்கள் பற்றிய தெளிவு கிடைத்தால் தான் ஒன்று வரமா சாபமா என்பது விளக்கமுறும் அந்த வகையில் பார்க்கும் பொழுது மொழிபெயர்ப்பின் பயன்களாக சிலவற்றை காண முடிகின்றது.

மொழிபெயர்ப்பு நாடுகளிடையே பண்பாட்டுப் பரிமாற்றத்தை ஏற்படுத்த பயன்படுகிறது.

நாடுகளுக்கிடையே நட்புறவை வளர்க்கப் பயன்படுகின்றது. உலக வரலாற்றினை அறிந்து கொள்ள முடிகின்றது.

உலக இலக்கியங்களுக்கிடையே உறவையும் ஒப்பீட்டையும், தொடர்பினையும் ஏற்படுத்திக் கொள்ள பயன்படுகின்றது.

ஒரு நாட்டின் நீதிநெறிகளை அறிந்து கொள்ள மொழிபெயர்ப்புகள் பயன்படுகின்றன.

ஒரு மொழியில் பயன்படுத்தப்படுகின்ற மொழி அமைப்பு, அம்மொழியோடு தொடர்புடைய கலை இலக்கியம், மக்கள் பண்பாடு, சமுதாயம், சமயம், அரசியல் நிலைகளை தெளிவுறக் கண்டுணர மொழிபெயர்ப்பு பயன்படுகின்றது. கருத்துப் பரிமாற்றத்திற்கும் மொழிபெயர்ப்பு ஒரு தலைசிறந்த ஊடகமாக அமைகிறது.

வரலாறு, சட்டம், அறிவியல், நீதித்துறை ஆட்சித் துறைகளில் மொழிபெயர்ப்பு தேவையாகின்றது.

சாதனைகள், படைப்புகள், கண்டுபிடிப்புகள், முன்னேற்றங்கள் எல்லாவற்றுக்கும் ஊடகமாக மொழி தேவைப்படுகின்றது. ஒரு மொழியில் அமைந்தவற்றை வேறொரு மொழி பேசும் சமூகத்திற்குக் கொண்டு சேர்க்க மொழிபெயர்ப்பு தேவைப்படுகின்றது.

மொழியின் பயன்பாடு எத்தகைய முக்கியத்துவம் பெறுகிறதோ, அந்த அளவிற்கு மொழிபெயர்ப்பின் பயன்பாடும் முக்கியத்துவம் உடையது. மனித இன முன்னேற்றத்திற்கும், உலக உறவுகளுக்கும், மொழிகளுக்கும் இடையே அமைக்கப்படும் இணைப்புச் சாலை மொழிபெயர்ப்பு.

ஆல்பர்ட் ஜெரால்டு தன்னுடைய *Preface to world Literature* இல் மொழிபெயர்ப்பின் இன்றியமையாமை பற்றி இவ்வாறு குறிப்பிடுகின்றார்.

நாம் நம் இனத்தை நேசிப்பது உண்மையானால் உலகில் சிந்திக்கப்பட்ட வற்றிலும் சொல்லப்பட்டவற்றிலும் மிகச் சிறந்த வற்றை அளித்து அதனை வளப்படுத்த ஆர்வம் உடையவர்களாக இருக்க வேண்டும். அதற்கு நிகராக நம்முடைய கருத்துகளை மனித இனத்திற்கும் பொதுவான சேமிப்புக் கருவூலத்தில் சேர்க்க வேண்டும் என்கிறார்.

தமிழகத்தின் வரலாற்றை தமிழில் எழுதினால் தமிழ்மொழி பேசும் மக்கள் மட்டுமே அறிந்துகொள்ள முடியும். பிறகு ஆங்கிலத்தில் மொழிபெயர்த்தால் ஆங்கில அறிவு பெற்றவர்கள் மட்டுமே அதை அறிந்து கொள்ள முடிகின்றது. அது பிற மொழிகளில் மொழிபெயர்க்கும் போது ஆயிரக்கணக்கான மக்கள்

அறிந்து கொள்ள வாய்ப்பு உண்டாகிறது. அறிவுத் தேடலில் ஈடுபட்டிருக்கும் மனிதர்களுக்கு மனித சமுதாயத்திற்கு மொழிப் பிரச்சனை தடையாக இருக்கக் கூடாது எனும் நோக்கத்துடன் மொழிபெயர்ப்பு வளர்க்கப்பட வேண்டும்.

உலக சிறப்பு வாய்ந்த அறிஞர்களைப் பற்றி அறிந்து கொள்ளவும், இலக்கியங்கள், வரலாறுகள் முதலியவற்றை அறிந்து கொள்ளவும் மொழிபெயர்ப்பு பயன்படுகின்றது.

ஒரு நாட்டில் ஓர் அறிவியல் முயற்சி வெற்றி பெறுகிற போது அதைப் பிற நாட்டினர் பிறமொழியினர் அறிந்து கொள்ள மொழிபெயர்ப்பு உதவுகின்றது.

ஒரு நாட்டின் சிந்தனைச் செல்வத்தைப் பெருக்குவதற்கும், மொழிவளத்தை வளர்ப்பதற்கும், நம் மொழியில் உள்ளவற்றை பிறருக்கு தெரிவிக்கவும், பிற மொழியில் உள்ளவற்றை பிறருக்கு தெரிவிக்கவும், பிறமொழியில் உள்ளவற்றை நாம் அறிந்து கொள்வதற்கும் மொழிபெயர்ப்புகளே பெரிதும் துணைபுரிகின்றன.

மொழிபெயர்ப்பு மனித இனத்திற்கு இன்றியமையாதது, கடந்த காலத்தையும் நிகழ் காலத்தையும் மட்டும் இவை இணைக்க வில்லை. பல்வேறு பண்பாடுகளை கொண்ட மனிதர்களையும் நாடுகளையும், காலங்களையும் இணைத்து வைக்கின்ற ஒரு நீண்ட காலப்பாதை என ஜீன் கார்ரியு என்ற அறிஞர் குறிப்பிடுகிறார்.

மொழிபெயர்ப்பு பலவகைப்படும். Roman Jackson என்பவர் மொழிபெயர்ப்பை மூன்று வகையாகப் பிரிக்கின்றார்.

முதலாவது ஒரு மொழிக்குள்ளேயே செய்யப்படும் மொழி பெயர்ப்பு (Intra lingual translation) எனப்படும். ஒரு மொழிக்குள்ளேயே மொழிபெயர்ப்பு தேவைப்படுமா எனில் ஆம் என்றுதான் கூற வேண்டியுள்ளது.

சேக்ஸ்பியரின் ஆங்கிலத்தை இப்பொழுது உள்ள ஆங்கிலத்துடன் ஒப்பிடமுடியுமா. அதற்கான உரைகள் வேண்டியுள்ளது. அப்பொழுதுதான் சேக்ஸ்பியர் கால ஆங்கிலமொழி தற்கால மொழிக்கு மாற்றப்படுவது மொழிக்குள்ளே நடக்கும் மொழிபெயர்ப்பு.

தமிழிலும் அத்தகைய மொழிபெயர்ப்புகள் காணப்படுகின்றன. தொல்காப்பியத்திற்கு பல்வேறு ஆசிரியர்கள் உரை எழுதியுள்ளனர். பேராசிரியர், இளம்பூரணர், சேனாவரையர், நச்சினார்க்கினியர், தெய்வச்சிலையார், கல்லாடனார் என்போர் உரை எழுதினர்.

காலப்போக்கில் இவ்வுரைகளை வாசித்து அறிவதற்கு கடினமாவதால் மீண்டும் தொல்காப்பிய உரைகள் வரத் தொடங்கிய சிவஞானமுனிவர், அரசன் சண்முகனார், ச.சோமசுந்தர பாரதியார், ச.சுப்பிரமணிய சாஸ்திரியார், தேவநேயப் பாவணர், ஆ. பூவராகம்பிள்ளை, கு.சுந்தரமூர்த்தி போன்றோரும் தொல்காப்பியத்திற்கு உரை எழுதினர்.

அவற்றிற்கு அடுத்தபடியாக மு.இராகவ ஐயங்கார், கா.சுப்பிரமணிய பிள்ளை, கி.வா.ஜகந்நாதன், க.வெள்ளைவாரணர், கரு.இராமநாதன், சுப்புரெட்டியார், புலவர் குழந்தை, புலியூர் கேசிகன் என பலரும் உரை எழுதினர். இவையே ஒரு மொழிக்குள்ளே நடக்கும் மொழிபெயர்ப்பு ஆகும். காலப்போக்கில் ஒரு மொழி தன்னுள் பல கட்டமைப்பு மாற்றங்களை ஏற்றுக் கொள்ளும் போது அம்மொழி பேசும் மக்களுக்கே மொழிபெயர்ப்பு தேவைப்படுகின்றது. அவ்வாறே சங்க இலக்கியங்களை அறிந்து கொள்ளவும் உரைகள் தேவைப்படுகின்றன. இவையும் ஒரு வகை மொழிபெயர்ப்புகளே ஆகும்.

இரண்டாவது வகை ஒரு மொழியிலிருந்து இன்னொரு மொழிக்கு மொழிபெயர்ப்பு செய்வது. இவ்வகை மொழிபெயர்ப்பு தான் மொழிபெயர்ப்பு என அனைவராலும் ஏற்றுக் கொள்ளப் படுகின்றது.

மலையாள வாசகர்களுக்கு மாதவிகுட்டி என்றும், ஆங்கில வாசகர்களுக்கு கமலா தாஸ் என்றும் அறியப்பட்டு பின்னாளில் அதாவது 1999 இல் முஸ்லிமாக மதம் மாறி சுரையா பேகம் என அறியப்பட்டவர் கமலா தாஸ். இவர் மலையாளத்தில் 'என்ட கதை' என்று தன் சுய வரலாற்றை எழுதியுள்ளார். பின்னாளில் அவரே அதை 'My Story' என மொழிபெயர்த்துள்ளார். தமிழிலும் என் கதை என்று மொழிபெயர்க்கப்பட்டுள்ளது.

தாய் வழி சமுதாயத்திலிருந்து தந்தை வழி சமுதாயமாக மாறிக் கொண்டிருந்த ஒரு சமூகம் தங்கள் வீட்டு பெண்களுக்கு எத்தகைய கட்டுப்பாடுகளை விதித்திருந்தது, அதனால் அப்பெண்களுக்கு ஏற்பட்ட மன அழுத்தம், 15 வயதான ஒரு பெண்ணை இரு மடங்கு அதிக வயதுள்ள ஒரு ஆணுக்கு மணம் முடித்துக் கொடுப்பதால் ஏற்படும் பிரச்சனைகள், மனச்சிதைவுகள், சோர்வுகள், உளைச்சல்கள் என பல்வேறு சிக்கல்களை பதிவு செய்கின்றார். பெண்ணியம் பற்றிய அவருடைய பார்வை மேலை நாட்டு பெண்ணியத்திலிருந்து எவ்வாறு வேறுபட்டுள்ளது என்பதை எல்லாம் விளக்கிச் செல்கிறார்.

கேரள மாநிலத்தின் பண்டிகைகள், அவர்கள் பயன்படுத்தும் உணவு வகைகள், ஆடைகள், என்பனவற்றை நாம் அறிந்து கொள்ள முடிகின்றது. கேரளத்தின் நாலாபட்டு வீடு எப்படி இருக்கும் என்பதை நம் கண்முன்னே கொண்டு வருகிறார். அவருடைய மொழி பெயர்ப்பின் வழியாக கேரள மக்களின் பண்பாட்டையும், சட்ட திட்டங்களையும், வாழ்வியலையும் அறிந்து கொள்ள மொழிபெயர்ப்புகள் உதவுகின்றன.

சில பண்பாட்டு பழக்கவழக்கங்களை மொழிபெயர்ப்பின் ஊடாக நாம் அறிந்து கொள்ள முடிகின்றது. ஒற்றைக் கலாச்சாரம் கொண்ட ஆங்கில மக்களுக்கு *"He Kicked the bucket"* என்றால் ஒருவர் இயற்கை எய்தினார் என்ற பொருண்மையை உணர்ந்து கொள்வார். பன்முகப் பண்பாடு, பேச்சு வழக்குகளைக் கொண்ட தமிழ்மொழியில் அந்த ஒற்றை வாக்கியத்தை மொழிபெயர்க்க பல்வேறு மரபுத்தொடர்புகளைச் சூழலுக்கு ஏற்ப பல்வேறு வகையாக மொழிபெயர்க்கலாம்.

இயற்கை எய்தினார்
மரணமடைந்தார்
சிவலோக பதவி அடைந்தார்
வைகுண்ட பதவி அடைந்தார்
காலமானார்
கர்த்தருக்குள் நித்திரை அடைந்தார்
மௌத் ஆனார்
திண்ணை காலியாச்சு
புட்டுக்கிட்டாரு
மண்டையப் போட்டார்
வாயைப் பொளந்திட்டான்
அகால மரணமடைந்தார்

என்றெல்லாம் மொழிபெயர்ப்பு செய்யலாம்.

He was misfit in the room

என்பது அவனுக்கு அந்த அறை போதாமல் இருந்தது என மொழிபெயர்ப்பு செய்யப்பட்டதையும் Back pain - இடுப்பு வலி என்றும் இடியாப்பம் - Thunder Cake எனவும் மொழிபெயர்க்கப் பட்டிருந்ததையும் காணநேர்ந்தது.

சரியான மொழிபெயர்ப்புகள் கிடைக்கும் வரை தொடர்ந்து மொழிபெயர்ப்புகள் நடந்துகொண்டே இருக்கும். Organic chemistry ஒரு காலத்தில் யாக்கை ரசாயனம், சேதன இராசயனவியல், சேதனைவுறுப்பிரசாயாம் என்றெல்லாம் மொழிபெயர்க்கப்பட்டு இறுதியில் கரிம வேதியியல் என மொழி பெயர்க்கப்பட்டு நிலைப் பேறாக்கம் பெற்றுள்ளது. அதைப் போன்று Inorganic Chemistry அல்யாக்கை ரசாயணம் என்று மொழி பெயர்க்கப்பட்டு இந்நாளில் கனிம வேதியியல் என நிலை பேறாக்கம் பெற்றுள்ளது. Body Language என்பது மெய்ப்பாடு என்றே சொற்குவையில் மொழி பெயர்க்கப்பட்டுள்ளது.

இத்தகைய மொழிபெயர்ப்புகள் தவிர்க்கப்பட்டு வரும் நல்ல மொழிபெயர்ப்புகள் ஒரு மொழிக்கு வரமே.

மூன்றாவது வகை மொழிபெயர்ப்பு ஒரு ஊடகத்திலிருந்து மற்றொரு ஊடகத்திற்கு மாற்றம் செய்வது. இவ்வகை மொழி பெயர்ப்புகள் Inter Semotic Translation என்கிறார் ரோமன் ஜாக்கோப்சன்.

ஒரு வண்டி நிறைய மயில் தோகை நிரப்பப்பட்ட வண்டியின் அச்சு ஒடிந்து போய் கிடக்கின்ற ஒரு படத்தையும் பார்க்கும் பொழுது நமக்கு

பீலிபெய் சாகாடும் அச்சிறும் அப்பண்டம்
சால மிகுந்துப் பெயின்   (குறள்.475)

என்னும் குறள் நினைவுக்கு வரும்.

அதேபோல் தாடகத்தில் தாமரைப் பூ நீர் நிலைகளின் வெவ்வேறு மட்டத்தில் ஓவியங்கள் வாயிலாகக் காட்டப்படும் பொழுது,

வெள்ளத் தனைய மலர்நீட்டம் மாந்தர்தம்
உள்ளத் தனைய உயர்வு   (குறள்.596)

என்னும் குறள் நினைவுக்கு வரும். அதைப் போல சாலைக் குறியீடுகளும், ஒரு பையன் தோளில் புத்தகப் பையுடன் நடந்து செல்லும் ஓவியம் அருகில் பள்ளிக் கூடம் உள்ளது. எனவே மெதுவாக செல்லவும் என்பதை உணர்த்துகின்றது.

வார்லிஸ் (Warlis) என்னும் பழங்குடி மக்களின் கருத்துப் பரிமாற்றம் முழுவதும் ஓவியங்கள் வழியாகவே நடக்கின்றன. Sunotra Sudapukan (Translation and Normal Communication 2016:232-251) என்பதை பதிவு செய்துள்ளார். அவர்கள் மூன்று வகையான ஓவியங்களை தங்கள் கருத்துப் பரிமாற்ற மொழிக்கு பயன்படுத்துகிறார்கள்.

திருமண காலத்தில் மணப் பெண்ணால் திருமண சடங்குகளின் வெளிப்பாடாக அவர்களால் வரையப்படும் Lagna Chauk (Drawing on the Oceasion of Marriage)

இரண்டாவது அறுவடைக்குப் பின்னர் வீட்டிற்கு புது நெல் வரும் பொழுது வரையப்படும் ஓவியங்கள் Muthi எனப்படும்.

Harvest Paintings drawn by the lady of the house to celebrate the arrival of rice – the metrial and life promoting wealth at home.

மூன்றாவது Vyapaar – வணிக ஓவியங்கள் இவை யார் வேண்டுமானாலும் வரையலாம்.

Not restricted to women, the painting do not deposit any Traditional idea of ritual, rather, they show everyday activities, life scenes and the like that are included in the paintings of the above two catagories.

வார்லி மக்களின் திருமணங்கள் வார்லி ஓவியங்கள் என்றே அழைக்கப்படுகின்றனவாம். இந்த ஓவியங்கள் *Savasinis*

(Women whose husbands are alive) என்னும் சுமங்களிகளால் வரையப்படுகின்றன. இவ் ஓவியங்களும் மொழிபெயர்ப்புகளே. ஒரு ஊடகத்திலிருந்து வேறு ஒரு ஊடகத்தின் வழி கருத்துப் பரிமாற்றம் நடைபெறுகின்றது. இறுதியாக பொலிட் சாகன் (Polit sagen) என்பது டென்மார்க் நகரிலிருந்து வெளிவரும் ஒரு செய்தித்தாள் சோதனைக்காக 700 வார்த்தைகள் அடங்கிய மிக அருமையாக எழுதப்பட்ட கட்டுரை ஒன்றை சுவிடிஸ், ஜெர்மன், ஆங்கிலம், பிரெஞ்சு மொழிகளில் வரிசையாக மொழிபெயர்க்கச் செய்தார்.

ஓசை நயம் கொண்ட வாக்கியங்களும் எளிமையானத் தொடர்களும் தேர்ந்தெடுக்கப்பட்ட சொற்களாலும் கட்டமைக்கப்பட்டது. காடுகளிலிருந்து வரும் வாசனை பார்க்கத் தூண்டும் நிறங்கள், பரந்து விரிந்த காட்டினிலே வாழும் விலங்குகள், இயற்கையின் கொஞ்சும் அழகு இவற்றையெல்லாம் விவரித்த அந்த கட்டுரை பல மொழிபெயர்ப்புகளைக் கடந்து மீண்டும் மூலமொழிக்கு மொழிபெயர்க்க ஒரு அறிஞரிடம் கொடுத்த போது இதெல்லாம் ஒரு கட்டுரையா ஒரு குழந்தையின் கிறுக்கல்களைப் போல் உள்ளன. எனவே இதை என்னால் மொழிபெயர்க்க இயலாது என்று கூறிவிட்டாராம். நம் மொழிபெயர்ப்புகள் பாரசீகத்து ரோஜாக்கள் ரோஜாக்களைப் போன்று தான் இருக்க வேண்டுமேத் தவிர அதை கசக்கி பிரித்து பிய்ந்து எடுத்ததைப் போன்று இருக்கக் கூடாது. அப்பொழுது தான் மொழிபெயர்ப்புகள் நமக்கு பெரும் வரமாகும்.

உலகமயமாக்கல் சூழலில் அறிவியல் உலகில் ஆயிரமாயிரம் கண்டு பிடிப்புகள், புனைவு உலகில் ஏராளமான இலக்கியப் படைப்புகள். அவை அனைத்தையும் நம் மொழிக்கு

கொண்டு வரவேண்டும். அதேபோன்று நம் மொழிச் செல்வங்கள் பிற மொழிக்கு கொண்டு செல்லப்பட வேண்டும். அப்பொழுது தான் எந்த ஒரு மொழியும் வாழும் மொழியாக வளரும் மொழியாக இருக்கும். இவற்றை ஏற்றுக்கொள்ளாத மொழிகளின் வளர்ச்சி குன்றிவிடும். அவை இறந்த மொழிகள் ஆவதற்கும் வாய்ப்பு உண்டு. எனவே மொழிபெயர்ப்பு என்னும் பெரும் வரத்தை ஒரு மொழியின் வளர்ச்சிக்கும் வரலாற்றை அறிந்து கொள்ளவும், பண்பாட்டினை போற்றவும் சரியான முறையில் பயன்படுத்த வேண்டும்.

மொழிபெயர்ப்புக் கொள்கைகள்

ஒரு செயல்முறை அல்லது நிகழ்வில் மேற்கொள்ளப்படும் அல்லது உள்ளமைவாக இயங்கும் பொதுவான விதிமுறைகள் என்று முறையாக எடுத்துச் சொல்லப்படுபவனவற்றை அந்தச் செயல்முறை அல்லது நிகழ்வு தொடர்பான கோட்பாடுகள் என்கிறோம். ஓர் அறிவுத்துறை செயல்படும் விதத்தில் காணப்படும் அல்லது செயல்படுவதற்காக வகுக்கப்படும் பொது விதிகளை அத்துறை சார்ந்த கோட்பாடுகள் என்கிறோம். மொழிபெயர்ப்புப் பணியில் மேற்கொள்ளப்படுகிற, மேற்கொள்ளப்பட வேண்டிய பொது விதிகள் மொழிபெயர்ப்பில் கோட்பாடுகளாகின்றன.

மொழிபெயர்ப்பு என்பது பலநூறு மொழிகள் சம்பந்தப் பட்டது. விரிந்து பெருகும் பல்வேறு துறைகளை உள்ளடக்கியது. ஒரு சாரார் அதைக் கலை என்கின்றனர் இன்னொரு சாரார் அதை அறிவியல் என்கின்றனர். எந்த ஒரு துறையும், செயல்திறனில் மேம்படுவதற்கும் பலரும் அத்துறை பற்றித் தெளிவாக அறிந்து கொள்வதற்கும் வரையறுக்கப்பட்ட விதிகள் இன்றியமையாதவையாகின்றன.

எதிரெதிர்க் கோட்பாடுகள்

மொழிபெயர்ப்பியல் கோட்பாடுகள் பற்றி மொழி பெயர்ப்பாளரிடையே எதிரெதிர்க் கருத்துக்கள் நிலவி வருவதை ஆறு எதிரெதிர் இணைகளாகச் சுட்டுகிறார் தியோடர் சேவரி.

1. ஒரு மொழிபெயர்ப்பு மூலநூலின் சொற்களை மற்றும் கருத்துக்களை அப்படியே தரவேண்டும்.

2. ஒரு மொழிபெயர்ப்பு படிப்பதற்கு மூலநூலைப் போலவே இருக்க வேண்டும். ஒரு மொழிபெயர்ப்பு படிப்பதற்கு ஒரு மொழிபெயர்ப்புப் போலவே இருக்க வேண்டும்.

3. ஒரு மொழிபெயர்ப்பு மூலநூலின் மொழிநடையைப் பிரதிபலிக்க வேண்டும். ஒரு மொழிபெயர்ப்பு மொழிபெயர்ப்பாளரின் மொழிநடையைப் பெற்றிருக்க வேண்டும்.

4. ஒரு மொழிபெயர்ப்பு படிப்பதற்கு மூலநூலின் காலத்தைச் சேர்ந்ததைப் போல இருக்க வேண்டும். ஒரு மொழிபெயர்ப்பு படிப்பதற்கு மொழிபெயர்ப்பாளரின் காலத்தைச் சேர்ந்த்தைப் போல இருக்க வேண்டும்.

5. ஒரு மொழிபெயர்ப்பு மூலநூலைக் கூட்டவே குறைக்கவோ செய்யலாம். ஒரு மொழிபெயர்ப்பு என்றுமே மூலநூலைக் கூட்டவோ குறைக்கவோ கூடாது.

6. ஒரு செய்யுள் மொழிபெயர்ப்பு உரைநடையில்தான் இருக்க வேண்டும். ஒரு செய்யுள் மொழிபெயர்ப்பு செய்யுளில் தான் இருக்க வேண்டும்.

இத்தகைய எதிரெதிர் இணைகள் பொதுமையான ஒரு மொழிபெயர்ப்புக் கோட்பாடு உருவாவதற்குத் தடையாக இருப்பது மட்டுமல்லாமல், மொழிபெயர்ப்புச் செயல்முறை பற்றிய ஒரு நிச்சயமின்மைக்கு வழிவகுத்து, மொழிபெயர்ப்பாளர்களை இதுவா, அதுவா என்று ஊசலாட வைக்கிறது. எனவே மொழிபெயர்ப்புச் செயல்முறையின் தன்மையினை நுணுகிக் கண்டு, அதன் ஒரு பொதுமையான, இன்னும் திட்பமான மொழிபெயர்ப்புக் கோட்பாட்டினை உருவாக்குவது அவசியமாகிறது.

பீட்டர் நியூமார்க் (1981) என்ற மொழிபெயர்ப்பியலறிஞர் சூழ்நிலை மையமாக்கம் (Context) என்பதை மொழிபெயர்ப்பியல் கோட்பாடு அடிப்படையாகக் கொண்டுள்ளது என்று கருதுகிறார்.

ஒரு குறிப்பிட்ட சூழலில் ஒரு மொழி குறிப்பிட்ட மொழி பெயர்ப்பைக் காட்டிலும் இன்னொரு வகையான மொழிபெயர்ப்பை சிறந்தது என்றும் ஏன் ஒன்றிற்கொன்று வேறுபட்டுக் காணப்படுகிறது என்ற வாதத்தையும், தருக்கத்தையும், முறையான ஆய்வு நோக்கில் ஆராய்ந்து பார்த்துச் சிக்கல்களை விளக்கிக் காட்டி ஒரு மொழி பெயர்ப்பாளருக்கு ஐயத்தைப் போக்குவதைக் கோட்பாடு என்று கருதலாம்.

மொழிபெயர்ப்பில் வரிசைக் கிரமமாக ஒழுங்கு செய்யப் பட்டுள்ள விதிகளின் உதவியைக் கொண்டு மூலமொழியில் உள்ள சொற்களை அல்லது சொற்றொடர்களை குறிக்கோள் மொழியின் மிகச் சரியான சொற்கள் அல்லது சொற்றொடர்களாக எவ்வாறு மாற்றுவது என்பதை அறிந்து கொண்டு அவற்றின் அடிப்படையில் மொழிபெயர்ப்பு மேற்கொள்ளப்படுவது. சிலமொழிபெயர்ப்புக் கொள்கையாளர்கள், இத்தகைய விதிகளைத் தேர்வு செய்து கொள்வதற்கு மொழிபெயர்ப்பாளர் தன் மனதில் ஒரு இடைநிலை மொழியமைப்பை ஏற்படுத்தி அதன் உதவியால் தேர்வு செய்கிறார் என்று வாதிடுகின்றனர். மொழிபெயர்ப்புகளை மேற்கொள்ளும் போது மூலமொழியில் உள்ள செய்திகள் சில விதிகளின் வரிசைக் கிரம்மமான செயற்பாட்டினால் குறிக்கோள் மொழிக்கு மாற்றப்படுகிறது என்பதில் சிறிதும் ஐயமில்லை.

அ --------- (க) -------------------- ஆ

இப்படத்தில் அ என்பது மூலமொழியையும், ஆ என்பது பெற்றுக் கொள்ளும் அதாவது குறிக்கோள் மொழியையும் குறிக்கின்றன அடைப்புக் குறிக்குள் உள்ள 'க' என்பது மொழிபெயர்ப்பில் இடைநிலை மொழியாக உருவாக்கப்பட்ட ஒரு அமைப்பாகும்.

இரண்டாவது வகையான மொழிபெயர்ப்பு மூன்று நிலைகளில் பல்வேறு செயல்முறைகளை மேற்கொள்வதன் மூலம் நடைபெறுகிறது. அவை 1.பகுப்பாய்வு 2.மாற்றுதல் 3.புனரமைத்தல் என்பனவாகும்.

பகுப்பாய்வில் எடுத்துக்கொள்ளப்பட்ட செய்தியின் புறவடிவமானது அதில் உள்ள சொற்களுக்கு இடையே உள்ள இலக்கண உறவுகளின் பொருள்களின் அடிப்படையிலும் ஆராயப் படுகிறது. மாற்றுதலில், பகுப்பாய்வு செய்யப்பட்ட செய்திகள், மொழிபெயர்ப்பாளரின் மனதில் ஒரு மொழியிலிருந்து பிறிதொரு மொழிக்கு மாற்றப்படுகிறது. புனரமைப்பு என்பது இவ்வாறு ஒரு மொழியிலிருந்து மறுமொழிக்கு மாற்றப்பட்ட செய்தியானது குறிக்கோள் மொழியின் அமைப்பிற்கேற்பவும், ஏற்றுக்கொள்ளப்படும் விதத்திலும் வடிவமைப்பதாகும். இந்த முறையைப் பின்வரும் படத்தின் உதவியால் விளக்கலாம்.

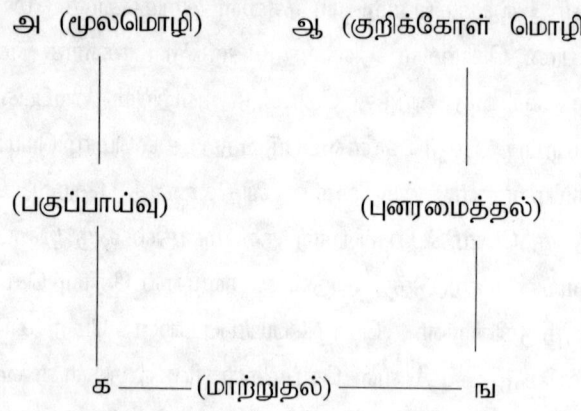

முதலாம் முறையைவிட இரண்டாம் முறையானது சிக்கல் மிகுந்தது போலவும் அனாவசியமான பிரச்சினையான பல நிலைகளைக் கொண்டதைப் போலவும் தோன்றக் கூடும். ஆனால், மொழியின் அமைப்பைப் பற்றியும் அம்மொழியின் வாயிலாக உணர்த்தப்படும் செய்தியைப் பற்றியும் நாம் அதிகமாக அறிந்து கொண்டு அவற்றினை முற்றிலுமாகப் புரிந்துகொண்டோம் என்றால் முதலாவது வகையானது சரியான மொழிபெயர்ப்பாக இருக்காது என்பதை உணருவோம். இரண்டாவது முறையானது சுற்றி வளைத்துத் தொடும் முறையைப் போலத் தோன்றினாலும், இம்முறையானது மொழிகளின் அமைப்பைப் பிரதிபலிப்பதாக உள்ளது. மேலும்,

இம்முறையில் சிறந்ததொரு மொழிபெயர்ப்பில் எவ்வெவ்ச் செயல்கள் நிகழ்கின்றன என்பதை எளிதாகப் புரிந்து கொள்ளலாம். எனவே இம்முறையானது முதலாவதாகக் கூறப்பட்ட முறையைவிட சாலச்சிறந்தது எனலாம்.

பகுப்பாய்வு

பகுப்பாய்வில் மூன்று முக்கிய இடைநிலைகள் அல்லது படிகள் உள்ளன. அவை 1. சொற்களுக்கு இடையிலும் சொற்களின் தொகுதிகளுக்கு இடையிலும் உள்ள உறவுமுறைகளைக் கண்டறிதல். 2. சொற்களின் மற்றும் சிறப்பு வழக்குகளின் சுட்டுப்பொருள் 3. குறிப்புப் பொருள். அதாவது, சொற்களை அல்லது சொற்றொகுதிகளைப் பெறுவோர் எவ்விதமான விளைவினைப் பெறுகிறார்கள் என்பன போன்றவையாகும்.

சொற்களுக்கிடையேயுள்ள உறவுகளைப் புரிந்து கொள்ள இலக்கணக் கட்டமைப்பும் பொருளும், கருத்தொடர்கள், சூழல், வெவ்வேறு தொடர்களுக்கிடையில் ஒரே இலக்கண உறவு, புறத் தொடராக்குதல் போன்றவற்றைக் கவனத்தில் கொள்ளவேண்டும்.

சுட்டுப்பொருள்

சொற்கள் சுட்டும் பொருளை அறிந்து கொள்வதைப் பற்றிய ஆய்வை இரு வழிகளில் மேற்கொள்ளலாம். 1. பொருள்கள், நிகழ்ச்சிகள், உறவுகள் போன்றவற்றைச் சுட்டப் பயன்படும் குறிகளாக சொற்களை அணுகுதல். 2. செய்திப் பரிமாற்றத்தில் கலந்து கொள்பவர்களுக்கிடையே நிகழும் சம்பவங்களை செய்யத்தூண்டும் அமைப்புகளாக சொற்களை அணுகுதல்.

சொற்கள் எவ்வாறு பல்வேறு பொருளைச் சுட்டுகின்றன என்பதைப் பற்றிய ஆய்வுகளை பொருண்மையியலில் பெரும்பாலும் மேற்கொள்ளப்படுகின்றன.

எ.டு. hand - run - dance போன்ற ஆங்கிலச் சொற்கள் பெயர்ச்சொற்களாகவும், வினைச்சொற்களாகவும் பயன்படுத்தப்பட்டு வருகின்றன. சொற்கள் எச்சூழலில் பயன்படுத்தப்பட்டுள்ளன என்பதன் அடிப்படையில் அவை சுட்டும் பொருள் தெளிவாகப் புரிந்து கொள்ளமுடிகின்றது.

1. ஒரு சொல் ஒரு தொடரில் எத்தகைய பங்குவகிக்கிறது, பிற சொற்களுடன் எத்தகைய உறவுபூண்டுள்ளது என்பதே பெரும் பாலான வேளைகளில் சொற்களின் பொருளைத் தீர்மானிக்கின்றன.

2. சிலவேளைகளில், ஒரு சொல்லின் பொருள் அச்சொல் வந்துள்ள தொடரில் உள்ள சொற்களின் பொருளோடும் எத்தகைய ஈடுபாட்டைக் கொண்டுள்ளது என்பதன் அடிப்படையில் தீர்மானிக்கப்படுகிறது. அதாவது ஒரு சொல்லுக்கு இரு பொருள் இருப்பதாக வைத்துக் கொள்வோம். அச்சொல் சுட்டுவது முதலாவது பொருளையா அல்லது இரண்டாவது பொருளையா என்பது அச்சொல் இடம்பெற்றுள்ள தொடரில் உள்ள பிற சொற்களின் பொருளைக் கண்டறிந்த பின்னர் தீர்மானிக்கப்படுகிறது. சில சொற்களுடன் ஒரு குறிப்பிட்ட சொல் வரும்பொழுது அதுஇந்த பொருளைத் தான் குறிப்பிடுகிறது என்று தீர்மானிக்கப்படுகிறது. முதலாவது வகையான குறியீடுகளை தொடரியல் குறியீடு (syntactic marking) என்றும் இரண்டாவது வகையான குறியீடுகளை பொருண்மைக் குறியீடு (semantic marking) என்றும் அழைக்கலாம்.

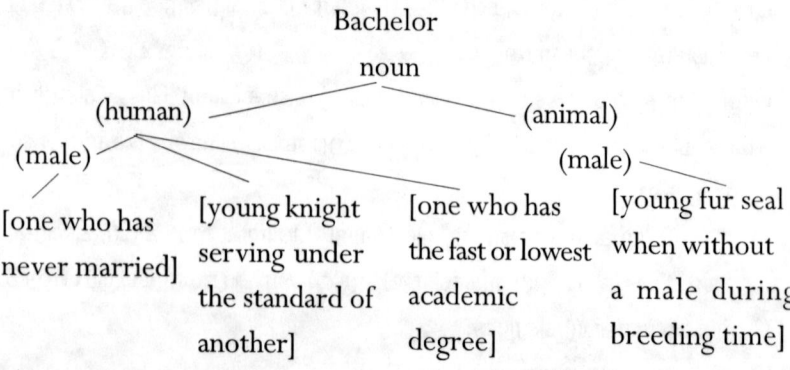

- The unenclosed elements are Grammatical markers
- The elements enclosed in parentheses are called Semantic markers
- The expressions enclosed in brackets are called Distinguishers which provide the terminal meanings.

Such a schematic structuring can be said to define the semantic field, including the relationship between the various dictionary entries for a particular term.

In the actual use of language the speaker's ability to determine which of the four terminal meaning is intended depends upon the semantic context.

The (bachelor) who lives in the pent house (penthouse - a slooping roof from a main wall to provide a shelter) (bachelor – an unmarried man, one who has taken his first university degree, a young knight) will immediately rule out the meanings of "young fur seal" and "a young knight".

It will also normally preclude the meaning of "one who has the lowest academic degree" unless this phrase the bachelor who lives in the penthouse is an abbreviation for the bachelor of arts who lives in the penthouse.

When one encounters the expression the 'bachelor who lives in the penthouse' indicates quite clearly that one is talking about a human and not an animal. (Nida, 1964:39)

குறிப்புப் பொருள்:

மொழிபெயர்க்க விழையும் பகுதியைப் புரிந்துகொள்ள இரு முக்கியமான மற்றும் ஒன்றுக்கொன்று தொடர்புடைய அமைப்புகள் நமக்கு உதவுகின்றன. அவை 1. இலக்கண அமைப்பு 2. பொருள் அமைப்பு ஆகும். சொற்பொருள் பற்றிய மனப்பாங்கு நிலையையும் உணர்வுகளையும் குறிப்புப் பொருள் என்று கூறலாம்.

2. மாற்றுதல்:

மொழிபெயர்க்கப்பட வேண்டிய பகுதியின் இலக்கணவியல் மற்றும் பொருளியல் அடிப்படையிலான பகுப்பாய்வுகள் முடிவுற்றபின் அவ்வாய்வின் பயன்களை மூலமொழியிலிருந்து குறிக்கோள் மொழிக்கு மாற்றவதே மாற்றுதல் என்கிறோம். இச்செயலானது மொழிபெயர்ப்பாளரின் சிந்தனையில் நடைபெற வேண்டும். மூலமொழிச் செய்திகளைக் குறிக்கோள் மொழிக்கு மாற்றும் செயலானது மொழிபெயர்ப்பாளரின் சிந்தனைக் களத்தில் நடைபெறுகிறது. மொழிபெயர்ப்பின் முக்கிய நிலையாகத் திகழ்வது இந்நிலையேயாகும். இந்நிலையில் தான் பகுப்பாய்வின் வழியகக் கண்டறிந்த உண்மைகளைப் பயன்படுத்தி ஒரு மொழியில் உள்ள செய்திகளைப் பிறிதொரு மொழிக்கு மற்றுகிறோம்.

மாற்றுதலின் முக்கியமான கொள்கை, ஒரு செய்தியின் வடிவம் (form) மற்றும் அதன் கருத்து (meaning) என்னும் இரு கூறுகளைப் பற்றித் தெளிதல் வேண்டும். வடிவம் (form) என்பது ஒரு குறிப்பிட்ட செய்தி ஒரு குறிப்பிட்ட மொழியில் பெறும் உருவத்தைக் குறிப்பிடுகிறது. எந்தவொரு செய்தியையும் ஒரு குறிப்பிட்ட மொழியில் பல்வேறு விதமாகக் கூறமுடியும். அதாவது ஒரே கருத்தானது ஒரு மொழியில் பல வடிவத்தைப் பெறுகிறது.

3. புனரமைத்தல்:

புனரமைத்தல் பணியை மூன்று படிகளில் செய்து முடிக்கலாம். முதற்கண் மூலமொழிச் செய்தியை மொழியின் எந்த நடையில் அல்லது எந்தக் கிளைமொழியில் புனரமைத்தல் வேண்டும் என்பதைத் தீர்மானித்துக் கொள்ளவேண்டும். இரண்டாவதாக, இந்த நடைகளின், கிளைமொழிகளின் சிறப்பியல்புகள், கூறுகள் போன்றவற்றைத் தீர்மானித்துக் கொள்ள வேண்டும். இறுதியாக, நாம் தேர்வு செய்த நடையில் அல்லது கிளை மொழியில் எந்தெந்த நுட்பங்களைப் பயன்படுத்தி புனரமைத்திட வேண்டும் என்பதை உறுதி செய்துகொள்ளவேண்டும்.

மொழிபெயர்ப்புக் கொள்கைகளை வகுத்தவர்களில், ஜே.சி. காட்.ஃ.போர்ட், தியோடர் சேவரி, ஜார்ஜ் ஸ்டெயினர், நைடா, பீட்டர் நியுமார்க் முதலானோர் குறிப்பிடத்தகுந்தவர்கள்.

1. காட்.ஃ.போர்டின் கொள்கைகள்

இவரது "A Linguistic Theory of Translation" என்ற நூலில் மொழிபெயர்ப்பு என்றால் "ஒரு மொழியில் உள்ள வாசகத்தை மற்றொரு மொழியில் மாற்றியமைப்பது" என்று பொருள்வரையறை செய்கிறார். காட்.ஃ.போர்டு பொருள் (Meaning) என்பது மிக முக்கியமான ஒன்று என்று கூறி, அதன் அடிப்படையில் பொருள் காண் கொள்கை (Theory of Meaning) ஒன்றை வலியுறுத்துகிறார். இவர் பொருள்காண்பதில் ஒரு வாக்கியத்தை மொத்தமாக எடுத்துக் கொள்ளவேண்டும் என்கிறார்.

2. தியோடர் சேவரியின் கொள்கைகள்:

The Art of Translation (1951) என்ற இவரது நூலில் நல்ல சில கொள்கைகளைக் கண்டு கூறுகிறார். மூல நூலாசிரியன் பணியைவிட மொழிபெயர்ப்பாளரின் கடமை கடினமானது என்கிறார்.

மொழிபெயர்ப்பு மூலநூலைப் போன்று எளிதாகவும் நன்றாகவும் இருக்க வேண்டும் என்று கூறும் இவர், வெறுமனே மொழி, இலக்கியத்திறன் மட்டும் கொண்டு பலரும் பாராட்டும் மொழிபெயர்ப்பைச் செய்ய இயலாது. அதற்கு மொழிபெயர்க்கப்படும் துறையில் தோய்ந்த பட்டறிவும் தேவை என வலியுறுத்துகிறார். மொழிபெயர்ப்பின் அடிப்படைக் கோட்பாடுகளைப் பற்றிப் பல்வேறு பட்ட கருத்துகள் நிலவுவதால், மொழிபெயர்ப்புக் கொள்கைகளைப் பட்டியலிட்டுக் கூறுவது சாத்தியமில்லை என்கிறார். இவர் மொழிபெயர்ப்புக் கொள்கையாளர்களின் ஆறுவகையான கருத்துரைகளைக் கீழ்கண்டவாறு கூறுகிறார்.

1. ஒரு மொழிபெயர்ப்பு மூலநூலின் சொற்களை மற்றும் கருத்துக்களை அப்படியே தரவேண்டும்.

2. ஒரு மொழிபெயர்ப்பு படிப்பதற்கு மூலநூலைப் போலவே இருக்க வேண்டும். ஒரு மொழிபெயர்ப்பு படிப்பதற்கு ஒரு மொழிபெயர்ப்புப் போலவே இருக்க வேண்டும்.

3. ஒரு மொழிபெயர்ப்பு மூலநூலின் மொழிநடையைப் பிரதிபலிக்க வேண்டும். ஒரு மொழிபெயர்ப்பு மொழிபெயர்ப்பாளரின் மொழிநடையைப் பெற்றிருக்க வேண்டும்.

4. ஒரு மொழிபெயர்ப்பு படிப்பதற்கு மூலநூலின் காலத்தைச் சேர்ந்ததைப் போல இருக்க வேண்டும். ஒரு மொழிபெயர்ப்பு படிப்பதற்கு மொழிபெயர்ப்பாள்ரின் காலத்தைச் சேர்ந்த்தைப் போல இருக்க வேண்டும்.

5. ஒரு மொழிபெயர்ப்பு மூலநூலைக் கூட்டவே குறைக்கவோ செய்யலாம். ஒரு மொழிபெயர்ப்பு என்றுமே மூலநூலைக் கூட்டவோ குறைக்கவோ கூடாது.

6. ஒரு செய்யுள் மொழிபெயர்ப்பு உரைநடையில்தான் இருக்க வேண்டும். ஒரு செய்யுள் மொழிபெயர்ப்பு செய்யுளில் தான் இருக்க வேண்டும்.

3. யூ.ஜி. நைடாவின் கொள்கைகள்

இவர் மொழிபெயர்ப்பாளரின் அடிப்படைத் தகுதிகள் பற்றிப் பின்வருமாறு கூறுகிறார்

1. மொழிபெயர்ப்பாளர் மூலமொழி (Source language) இலக்கு மொழி (Target language) இரண்டிலும் தேர்ச்சி பெற்றவராக இருத்தல் வேண்டும்.

2. மொழிபெயர்ப்பாளர், தாம் மொழிபெயர்ப்பு மேற்கொள்ளவிருக்கும் பொருட்பாட்டில் (Subject-matter) போதிய தேர்ச்சி பெற்றிருக்கவேண்டும்.

3. இவர் மூலநூலாசிரியரிடம் மரியாதை கொண்டவராக, நூலின் பொருளையும் நன்கு அறிந்திருக்க வேண்டும்.

4. இலக்கு மொழியில் புலமையை வளர்க்க இவருக்குப் போதிய வசதி செய்து தருதல் வேண்டும்.

இவை அனைத்தும் கொண்ட திறமையாளர்கள் கிடைப்பது அரிது என்கிறார் நைடா (நைடா: 1965).

நைடாவின் மொழிபெயர்ப்புக் கொள்கைகள்

1. பொருளுணர்ந்து செய்தல்
2. மூலநூலின் சாரமும் பாங்கும் கொணர்தல்
3. இயல்பான எளிதான சொற்களை எடுத்தாளுதல்
4. மூலமொழியில் உள்ள அதே உத்வேகத்தை, உட்பொருளை மொழிபெயர்ப்பின் வாயிலாக இலக்கு மொழியிலும் வெளிக் கொணர்தல்.

4. நியூமார்க்கின் கொள்கைகள்

இவருடைய அணுகுமுறையில் மொழிபெயர்ப்பானது இருதுறையிடையீடுள்ளது. மொழிபெயர்ப்பைக் கைத்திரம் வாய்ந்தது என்கிறார். மொழிபெயர்ப்பைப் பொருள்வரையறை செய்யும்போது மூலமொழியில் உள்ள ஒரு வாசகத்தை இலக்கு மொழியில் மாற்றிக் கூறுவதாகும் என்கிறார். மொழிபெயர்ப்புக் கொள்கை, முக்கியமாக எல்லாவகையான நூல்களையும் மொழிபெயர்ப்பதற்கேற்ற உரிய செய்முறை (methods) களைத் தீர்மானிப்பதாகும். இவர் இரண்டு முக்கியச் செய்முறைகளைக் கூறுகிறார். ஒன்று *Comprehension* எனப்படும் பதப்பொருள் காணும்நிலை. மற்றொன்றை Formulation எனப்படும் முறைப்படுத்தும் முறை ஆகும்.

மொழிபெயர்க்க இயலாமை
(Untranslatability)

உலகில் பேசப்படும் அனைத்து மொழிகளும் தத்தம் கட்டமைப்பிலும், பண்பாட்டிலும் வேறுபட்டு இருக்கின்றன. அதன் காரணமாக ஒரு மொழியிலிருந்து (தருமொழி) ஒரு கவிதையை, ஒரு உரைநடையை, ஒரு செய்தியை, ஒரு அறிவியல் கூற்றை இன்னொரு மொழிக்கு (பெறுமொழி) மொழிபெயர்ப்புச் செய்யும் போது பல்வேறு சிக்கல்கள் தோன்றுகின்றன.

இச்சிக்கல்களை ஆய்வாளர்கள் மொழியியல் சிக்கல்கள் (Linguistic Untranslatability) பண்பாட்டு சிக்கல்கள் (Cultural Untranslatability) என்று இருவகையாகப் பிரிப்பர். மேலும் மொழியியல் சிக்கல்களை

1. ஒலியியல் சிக்கல்கள் (Phonological Untranslatability)

2. உருபனியல் சிக்கல்கள் (Morphological Untranslatability)

3. தொடரியல் சிக்கல்கள் (Syntactic Untranslatability)

4. சொற்சிக்கல்கள் (Lexical Untranslatability)

என பல பிரிவுகளாகப் பிரிப்பர்.

தருமொழியிலுள்ள நிகரன்னுக்கு இணையான நிகரன்கள் பெறுமொழியில் கிடைக்காத பொழுது சிக்கல்கள் எழுகின்றன. (Untranslatability is a property of a text, or of any utterance in one language, for which no equivalent text or utterance can be found in another language when translated).

ஒரு பிரதி அல்லது கூற்றினை ஒரு மொழியிலிருந்து வேறு ஒரு மொழிக்கு மொழிபெயர்க்க இயலாதபோது ஒரு வெற்றிடம் அல்லது இடைவெளி ஏற்படுகின்றது. அதுவே சிக்கல்களுக்குக் காரணமாக அமைகின்றது.

இச் சிக்கல்கள் ஏற்படுவதற்கு என்ன காரணங்கள் என்றால் மொழிபெயர்ப்பாளர்களின் திறன்கள் குறைபாடு அதாவது தரும் மொழி, பெறுமொழிகளின் கட்டமைப்பு பற்றிய சரியான புரிதல் இல்லாமை. இரு மொழிகளின் பண்பாட்டு சூழல்கள் பற்றிய அறியாமை இரண்டும் மொழிபெயர்ப்புச் சிக்கல்கள் ஏற்படுவதற்குக் காரணமாக அமைகின்றன.

ஒவ்வொரு மொழியிலும் மொழி சார்ந்த கட்டமைப்புகளும், பண்பாடுகளும் வெவ்வேறு விதமாக வெளிப்படுத்தப்படுகின்றன. அவை அந்தந்த மொழிக்கே உரிய சிறப்புக் கூறுகளாக அமைந்துள்ள காரணத்தினாலும் மொழிபெயர்ப்பு சிக்கல்கள் ஏற்படுகின்றன.

மொழிபெயர்ப்பு சிக்கல்களுக்கு காரணமாக அமைவது அந்தந்த மொழிகளின் அமைப்பு, பண்பாடு சார்ந்த மரபுரிமைக் கூறுகளே எனலாம்.

இச்சிக்கல்களை இருவகையாக பிரிப்பார் கார்டுபோர்டு. அவை

1. மொழியியல் சிக்கல்கள்
2. பண்பாட்டு சிக்கல்கள்

மொழியியல் சிக்கல்கள் தரும் மொழிக்கு இணையான ஒலிகள், உருபன்கள், சொற்தொடர்கள், சொற்கள் ஆகியவற்றை பெறுமொழியில் கண்டு அடைய முடியாதபோது ஏற்படுகின்றன.

எந்த இரு மொழிகளும் ஒற்றைப் பண்பாட்டினைக் கொண்டவை அல்ல, பன்முகப் பண்பாட்டினைக் கொண்டவை. எனவே ஒரு மொழியிலுள்ள பண்பாட்டினை வேறு ஒரு மொழிக்குக் கொண்டு செல்லும்போது பண்பாட்டு வேற்றுமையின் காரணமாக

சிக்கல்கள் ஏற்படுகின்றன. இவை பண்பாட்டுச் சிக்கல்கள் எனப்படுகின்றன.

ஆங்கில மொழியில் காணப்படும் உரசொலிகள் (Fricatives) மற்றும் மொழி முதல் ஒலிப்புடை ஒலிகள் (voiced sounds) தமிழில் இல்லை. எனவே இவ்வொலிகளை எவ்வாறு தமிழில் மொழி பெயர்க்க இயலும்.

கேட்டு — to hear
        — gate

சௌராஷ்டிர மொழியில் அடைப்பொலிகள் (plosives) நான்கு வர்க்கமாக பிரிக்கப்படுகின்றன.

Ka:y   காயி   - என்ன
ga:y   கா¹யி   - பசு
Kha:y   கா²யி   - சாப்பிடு
gha:y   கா³யி   - தொண்டை

க (k)   -   ஒலிப்பில்லா அடைப்பொலி
             (voiceless plosive)
க¹ (e)   -   ஒலிப்புடை அடைப்பொலி
             (voiced plosive)
க² (kʰ) -   ஒலிப்பில்லா உயிர்ப்பு அடைப்பொலி
             (Voiceless aspirated plosive)
க³ (gʰ) -   ஒலிப்புடை உயிர்ப்பு அடைப்பொலி
             voiced aspirated plosive.

இவ்வொலிகளை மொழிபெயர்க்க / ஒலிபெயர்க்க இணையான ஒலிகள் தமிழ் மொழியில் இல்லை. எனவே இங்கு ஒலியியல் நிலையில் சிக்கல்கள் தோன்றுகின்றன.

உருபன் நிலையில் சிக்கல்கள்

சொல் அமைப்பிலும் மொழிகள் வேறுபடுகின்றன. சான்றாக ஆங்கிலத்தில் முன்னொட்டுகள் மற்றும் பின்னொட்டுகள் இருக்கின்றன.

தமிழ் மொழியில் பின்னொட்டுகள் மட்டுமே உள்ளன. ஆங்கிலத்திலுள்ள முன்னொட்டுகளை எவ்வாறு மொழிபெயர்ப்பது.

அதைப் போன்று ஆங்கிலத்தில் சுட்டிடைச் சொற்கள் (articles) a, an, the என மூன்று உள்ளன. இவற்றிற்கு இணையாக தமிழில் எவ்விதச் சொற்களும் இல்லை என்கிற போது சிக்கல்கள் எழுகின்றன. தமிழில் இல்லாத நிகரன்களுக்குப் பதிலாக ஆங்கிலத்தில் மொழி பெயர்ப்பு செய்யும் பொழுது சீர்மையான மொழி பெயர்ப்பைக் காண இயலவில்லை.

தமிழன்	- The Tamils
பெண்குழந்தை தாலாட்டு	- Lullaby for a Tamil child
பலிபீடம்	- The Sacrificial Altar
நிலா	- The Moon
பத்திரிகை	- The Press
வானம்	- The Sky
தமிழ்க்கனவு	- The Tamil Dream
மகா கவி	- The grand Poet
வீரத்தாய்	- Heroic Mother
காதலைத் தீய்த்த கட்டுப்பாடு	- Restriction in Ruined Love
அணில்	- Squirrel
தமிழ்க்கனவு	- A Tamil Dream
காதல் வாழ்வு	- The Glory of Love

பாரதிதாசன் கவிதைகளின் தலைப்புகளை மொழிபெயாப்பு செய்யும் பொழுது தமிழில் சுட்டிடைச் சொற்கள் இல்லாத காரணத்தால் ஓர்மை இல்லாத மொழிபெயாப்புகளாகக் காணப்படுகின்றன.

தமிழில் இடம் (person), எண் (Number), பால் (Gender) காட்டும் விகுதிகளை முற்று வினைகள் ஏற்கும். ஆனால் மலையாளத்தில் முற்று வினைகள் இடம், எண், பால் காட்டும் விகுதிகளை ஏற்காது.

தமிழ்

அடிச்சொல்+ காலங்காட்டும் விகுதிகள் +இ.எ.பா.விகுதிகள்

வ + ந் + தான்

மலையாளம்

அடிச்சொல் + காலங்காட்டும் விகுதிகள் + O

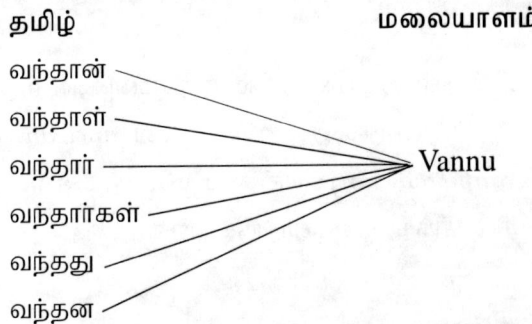

தமிழ்	மலையாளம்
வந்தான்	Vannu
வந்தாள்	Vannu
வந்தார்	Vannu
வந்தார்கள்	Vannu
வந்தது	Vannu
வந்தன	Vannu

முன்னிலை மாற்றுப் பெயர்களை மொழிபெயர்ப்பதிலும் சில சிக்கல்கள் காணப்படுகின்றன.

முன்னிலை மாற்றுப் பெயர்களாக தமிழில் நீ (ஒருமை), நீர் (ஒருமை, பன்மை), நீங்கள் (பன்மை) என்று மூன்று மாற்றுப் பெயர்கள் உள்ளன. ஆங்கிலத்தில் 'you' என்பது மட்டுமே உள்ளது.

நீ வந்தாய் - 'you came'

நீர் வந்தீர் - 'you came'

நீங்கள் வந்தீர்கள் - 'you came'

தமிழில் உள்ள வேற்றுமைகளை ஆங்கிலத்தில் கொண்டு வர இயலவில்லை.

தன்மை பன்மை மாற்றுப் பெயர்களாக நாங்கள் (உளப் படுத்தாத் தன்மைப் பன்மை). நாம் (உளப்பாட்டுத் தன்மை பன்மை) என இரண்டு சொற்கள் உள்ளன. இவை இரண்டையும் குறிக்க 'We' என்ற ஒற்றைச் சொல்லே உள்ளது.

நாம் செல்வோம்   'We shall go'
நாங்கள் செல்வோம்   'We shall go'

ஆங்கிலத்தில் உள்ள முன்னொட்டுக்களுக்கு இணையாக நிகரன்கள் தமிழில் இல்லை.

Mis – என்னும் முன்னொட்டு *misbehave, misuse, mishandle, mistrust, misunderstanding, misdirect, misjudge* என்ற கட்டமைப்புகளில் வருகின்ற பொழுது அவற்றை மொழிபெயர்க்க இயலவில்லை.

un – என்பதும் ஆங்கிலத்தில் ஒரு முன்னொட்டு இதற்கு இணையான நிகரன் தமிழில் இல்லை. எனவே *unclean, untrue, unwise, undo, unfasten, untie* என்னும் சொற்களை மொழி பெயர்ப்பதில் சில சிக்கல்கள் ஏற்படுகின்றன.

தொடரியல் சிக்கல்கள்

தமிழில் நிகழ்காலம், இறந்தகாலம், வருங்காலம் என மூன்று காலங்கள் மட்டுமே உள்ளன. ஆனால் ஆங்கிலத்தில் 1.Simple Present Tense, 2.Present Continuous Tense 3.Present Perfect Tense, 4.Present Perfect Continuous Tense, 5. Simple Past Tense, 6.Past Continuous Tense, 7. Past Perfect Tense, 8.Simple Future Tense, 9.Future Perfect Tense, 10. Future continuous Tense என்று பல வகைகள் உள்ளன. இவற்றை அவ்வாறே தமிழில் கொண்டு வருவது என்பது இயலாது.

வருங்காலத்தைக் குறிக்க 'will', 'shall', என்ற இரு சொற்கள் பயன்படுத்தப்படுகின்றன. இவற்றிற்கு இணையான நிகரன்கள் தமிழில் இல்லை.

I shall go   நான் போவேன்
I will go   நான் போவேன்

தமிழில் பெயருக்கும் வினைக்கும் இடையே உள்ள உறவினைச் சுட்டுவதற்கு வேற்றுமை உருபுகள் பயன்படுகின்றன. வேற்றுமை உருபுகளுக்கு இணையான நிகரன்கள் ஆங்கிலத்தில் இல்லை.

வீட்டிற்குச் சென்றேன் **I went to the house**
வீடுவரை சென்றேன் **I went to up to the house**
அவளோடு சென்றேன் **I went with her**
அவளுடன் சென்றேன் **I went with her**

வேற்றுமை உருபுகளுக்குப் பதிலாக முன்னிடைச் சொற்களைப் பயன்படுத்தலாம்.

சொற் சிக்கல்கள்

ஒரு மொழியிலுள்ள சொற்களுக்கு இணையான நிகரன்கள் வேறு மொழியில் இல்லாத போது சிக்கல்கள் ஏற்படுகின்றன.

இட்லி, ரவாதோசை, ஊத்தப்பம், என்பவை 'rice cake' என்றே மொழிபெயர்க்கப்படுகின்றன. வடை, சாம்பார், பானகம், பணியாரம், அல்வா, சுசீயம், பருப்பு வடை, மெதுவடை, காரவடை, கூழ், கஞ்சி என நாம் அன்றாடம் பயன்படுத்தும் உணவுப் பொருட்களுக்கு இணையான நிகரன்களை ஆங்கிலத்தில் காண இயலவில்லை.

கம்பு, கேழ்வரகு, குதிரவாலி, சோளம் என்ற தானிய வகைகளை குறிக்கும் நிகரன்களும் ஆங்கிலத்தில் இல்லை.

அதே போன்றே ஆங்கில மொழியில் காணப்படும் *Bun, bread, cake, ice-cream, wine, gin, beer, coke* போன்ற சொற்களுக்கு நிகரான சொற்கள் தமிழில் இல்லை.

தமிழ் சமூகத்தில் கூட்டுக்குடும்ப முறை இருந்த காரணத்தால் மிக அதிகமான உறவுமுறைச் சொற்கள் பயன்பாட்டில் இருக்கின்றன / இருந்தன. ஆனால் ஆங்கில மொழி பேசும் சமூகம் தனிக்குடும்பம் முறையைப் பின்பற்றும் சமூகம். எனவே அங்கு உறவுமுறைச் சொற்களின் பயன்பாடு குறைவு.

சான்றாக மாமா, சித்தப்பா, பெரியப்பா, பக்கத்து வீட்டுக்காரர் இவர்களைக் குறிப்பதற்கு 'uncle' என்ற ஒற்றைச் சொல்லே இருக்கின்றது. அதே போன்றே அத்தை, சித்தி, பெரியம்மா என்பனவற்றைக் குறிக்க 'aunti' என்னும் சொல் மட்டுமே உள்ளது.

சக்களத்தி என்னும் சொல் தமிழ் சமுதாயத்தில் மட்டுமே பயன்பாட்டில் உள்ளது. இதற்கு இணையான நிகரன்னும் இல்லை.

அண்ணி, கொழுந்தியா, மச்சான், கொழுந்தன், மாமியார், மாமனார், சம்மந்தி, ஓரகத்தி, ஆச்சி, அப்பத்தா போன்ற உறவுமுறைச் சொற்களுக்கும் ஆங்கிலத்தில் நிகரன்கள் இல்லை.

ஒரு மொழியிலுள்ள நிகரன்களுக்கு இணையான நிகரன்கள் பெறும் மொழியில் இல்லாதபோது சொற்சிக்கல்கள் ஏற்படுகின்றன.

நடைச் சிக்கல்கள் (Stylistic Untranslatability)

நடையியல் கூறுகள் மொழிக்கு மொழி வேறுபடுகின்ற காரணத்தில் ஒரு மொழியிலுள்ள நடைநயத்தைப் பெறுமொழியில் கொண்டு, வர இயலவில்லை. அத்தகைய சிக்கல்கள் நடையியல் சிக்கல்கள் எனப்படும்.

நின்றன நின்றன நில்லா என உணர்ந்
தொன்றின ஒன்றின வல்லே செயின் செய்க
சென்றன சென்றன வாழிநாள் செறுத்துடன்
வந்தது வந்தது கூற்று (நாலடி.4)

the things of which you said, they stand, they stand
stand not; mark this, and perform
what begets; you! What begets,
with all you power!

You days are gone, are gone! And death

Close pressing is come, is come

என தினவர்த்தமணியும்,

Your days are gone! are gone!

Death close pressing on is come! Is come

Understand that the things or which you say

They stand, they stand! Stand not, and

Do at once what begets, yea what begets if you will

என்று எல்லிஸ்-ம் மொழிபெயர்த்துள்ளனர்.

இரண்டு மொழி பெயர்ப்புகளிலும் தமிழில் உள்ள நடையழகினை கொண்டுவர இயலவில்லை. கூற்றுவன் தன் வாகனத்தில் ஏறி அதை விரைவாக செலுத்துவதைப் போல பாடல் அமைந்துள்ளது. அந்த துள்ளல் நடை மொழிபெயர்ப்புகளில் இல்லை.

ஒலிக்குறிப்புச் சொற்கள் அந்தந்த மொழிக்கே உரியச் சொற்கள், இச்சொற்களையும் பெறும் மொழியில் மொழி பெயர்ப்பது சிக்கலாகவே உள்ளது.

தழீ இந்த தழீஇந் தண்ணம் படும் (நாலடி.86.4)

Tomorrow the fumeral drum will sound

என்று மொழி பெயர்க்கப்பட்டுள்ளது.

கணங்கொண்டு சுற்றத்தார் கல்லென்றலறப்

பிணங்கொண்டு காட்டுய்ப் பார்க்கண்டும்-மனங்கொண்டீன்

டுண்டுண்டுண்டென்னு முணர்வினாற் சாற்றுமே

தொண் டொண் டொண் டென்னும் பறை

(நாலடி.25)

உறவினர் கூடிநின்று கல்லென்று அலறி அழும்படி பிணத்தைச் சுமவா நின்று மயானத்தில் செலுத்துவோரைக் கண்டிருந்தும், மனத்தை விரும்பி இவ்வுலகத்தில் இன்பம் உன்டென்றே கருதுகின்ற அறிவில்லாதவனுக்குத் தொண் தொண்

தொடு என்று ஒலிக்கும் பறையொலி அவ்வாசையை விடு விடு விடு என்று சொல்லுவது போலும் என்பது பொருள்

He sees how they remove the corpse while the kinsfolk gather round and rend the air with their cries, and carry it away to the crematory.Yet he marries and foundly imagine there is happiness in this world. To him the drum says accents clear Renounce, renounce.

இப்பாடலிலும் பறை, ஒலிப்பினை அப்படியே பிரதிபலிக்கும் சொற்களான 'டுண்டுண்' என்னும் ஒலிக்குறிப்புச் சொற்கள் மொழி பெயர்க்கப்படவில்லை. பறை ஒலிப்பு மனத்தில் ஒரு வகையான உணர்வினை ஏற்படுத்துகின்றது. அவ்வுணர்வு மொழிபெயர்ப்பில் முற்றிலும் இல்லை. இதற்குக் காரணம் ஆங்கில மொழியில் ஒலிக்குறிப்புச் சொற்கள் இல்லாமையே.

மொழி கட்டமைப்பு வேறுபாட்டினால் ஏற்படும் மொழிபெயர்க்க இயலாமை / மொழி பெயாப்புச் சிக்கல்கள் போன்றே பண்பாட்டு வேறுபாட்டினாலும் சில சொற்களையும் சொற்றொடர்களையும் மொழி பெயர்க்க இயலாமை நேரிடுகின்றது.

திருமணம் சம்பந்தப்பட்ட சொற்களான தாலி, மெட்டி, குண்டு, மறுவீடு. சம்பந்தம், நிச்சயதார்த்தம் போன்ற பண்பாட்டுச் சொற்களுக்கு இணையான நிகரன்கள் ஆங்கிலத்தில் இல்லை.

தமிழும் மலையாளமும் ஒரே குடும்பத்தைச் சேர்ந்த மொழிகள் என்றாலும் கூட சிறுசிறு பண்பாட்டு வேறுபாடுகளினால் மொழிபெயர்ப்பு சிக்கல்கள் ஏற்படுகின்றன.

கதக்களி, ஓணம், ஒட்டந்துள்ளல், புளிசேரி, ஒலன், எலிசேரி, தறவாடு, நாலப்பட்டு, தேவே செட்டன், பழப்புரை என்னும் மலையாள சொற்களுக்கு தமிழில் நிகரன்கள் இல்லை. எனவே இவற்றை மொழிபெயர்ப்பதில் சிக்கல்கள் ஏற்படுகின்றன.

மதுரை மாவட்டம் உசிலம்பட்டி பகுதியில் ஒருவர் இறந்தால் அவருடைய தாய் வீட்டிலிருந்து நெல், சேலை, தேங்காய், பழம், பத்திக்குச்சி போன்றவைகளை ஒரு கூடையில் சுமந்து வருவார்கள். இந்நிகழ்வு / சடங்குக்குப் பெயர் 'பச்சை போடுதல்' என்பதாகும். இச்சொல்லை எவ்வாறு மொழி பெயர்ப்பது.

கொள்ளி வைப்பது என்பதும் தமிழ்ப் பண்பாடு சார்ந்த ஒரு தொடர். இதையும் மொழி பெயர்க்க இயலாது.

ஒரு மொழியிலுள்ள மரபுத் தொடர்களை வேறு மொழிக்கு மொழி பெயர்ப்பதும் இயலாமையாகவே உள்ளது. காரணம் தரு மொழிக்கும் வேறு மொழிக்கும் இடையே உள்ள பண்பாட்டு வேற்றுமைகளே.

ஆங்கிலத்தில் கனமழை பெய்கின்றது என்பதை *It is raining cats and dogs* என்று சொல்வர். பன்முகப் பண்பாடும் பல்வேறு கிளைமொழிகளும் கொண்ட தமிழ்மொழியில்,

மழை அடிச்சு ஊத்துது
மழை வெளுவெளுன்னு வெளுக்குது
மழை சோவென பெய்தது
மழை ஆத்து ஆத்துனு ஆத்துது
மழை கிழிச்சுகிட்டு ஊத்துது
மழை ஊத்து ஊத்துனு ஊத்துது

எனப் பல்வேறு தொடர்களால் கனமழை பெய்வது குறிக்கப் படுகின்றது.

நிறைவாக மொழிபெயர்ப்பு என்பது தரும் மொழியிலுள்ள செய்தியை பெறும் மொழிக்கு அப்படியே கொண்டு செல்வதாகும். சில நேரங்களில் தரும்மொழி, பெறும்மொழிகளின் கட்டமைப்பு வேறுபாடுகளினாலும், பண்பாட்டு வேறுபாடுகளினாலும் முழுமையான மொழிபெயர்ப்பினைச் செய்ய இயலவில்லை. இதுவே மொழி பெயர்க்க இயலாமைக்கு (untranslatability) காரணமாக அமைகின்றது.

மொழிபெயர்க்க இயலாமை ஏற்படும் போது அவற்றை விவரித்து கூறியோ, அடிக்குறிப்புகளால் விளக்கியோ சிக்கலை விடுவிக்கும் முறைகளும் உள்ளன. காலம், பக்க வரையறை கருதி தீர்வுகள் இங்கு விவாதிக்கப் படவில்லை. பெரும்பாலான இடங்களில் இக்கட்டுரையில் மொழிபெயர்ப்பு சிக்கல்கள் என்ற தொடரே Untranslatability என்றும் தொடரின் மொழி பெயர்ப்பாக பயன்படுத்தப்பட்டுள்ளது. மொழிப் பெயாப்பு சிக்கல்கள் ***(Translation problems)***, மொழிபெயர்க்க இயலாமை ***(Untranslatability)***க்கும் பொருள் வேறுபாடு உள்ளது. நிகரன்கள் இருந்தும் அவை ஆற்றல் மிகு நிகரன்களால் மொழி பெயர்க்கப் படவில்லை எனில் அங்கு மொழிபெயர்ப்பு சிக்கல்கள் / பிரச்சினைகள் தோன்றுகின்றன. தரும் மொழியிலுள்ள நிகரன்களுக்கு இணையான நிகரன்கள் பெறும் மொழியில் இல்லாதபோது மொழிபெயர்க்க இயலாமை ஏற்படுகின்றது. இந்த மொழிபெயர்க்க இயலாமை, தரும்மொழி, பெறும்மொழிகளின் கட்டமைப்பு, பண்பாட்டு வேறுபாடுகளினால் ஏற்படுகின்றது என்பதை இக்கட்டுரை விளக்கியுள்ளது.

மொழிபெயர்ப்புச் சிக்கல்களும் தீர்வுகளும்

ஐரோப்பாவின் மறுமலர்ச்சிக்குக் காரணமாக பண்டைய செவ்வியல் இலக்கியங்களின் மொழிபெயர்ப்பு விளங்கியது என்பதை எவரும் மறுக்க இயலாது. ஆங்கில மொழியில் தாகூரின் கீதாஞ்சலி மொழிபெயர்க்கப்பட்டிருந்ததால் தான் யீட்ஸ் (Yeats) அதனை ஆய்வு செய்யத் தாகூர் நோபல் பரிசு பெற்றதாகக் கூறுகிறார்.

தொல்காப்பியர் வழிநூல் வகைகளைக் குறிக்கும் நூற்பா (643)வில், "மொழிபெயர்த்து", "அதர்ப்படயாத்தல்" என்று கூறியுள்ளார். இங்கு 'அதர்ப்பட' என்பதற்கு 'நெறிப்பட' என்றே பொருள். 'மொழி பெயர்த்து' என்பது பிறமொழியிலுள்ள கருத்தினைத் தமிழ்நூலாகப் படைப்பது' எனப் பேராசிரியர், இந்நூற்பாவிற்கு நுட்பமாக உரை எழுதியுள்ளார் என்பதைச் சான்றோர் அறிவர். பண்டைக் காலத்தில் மூலத்தில் காணும் சொற்களின் நயம் அவற்றின் சூழல் சொற்றொடர்களுக்கு இடையே நிலவும் தொடரிபு காரணமாகக் கவிதைப் பொருளை நாம் உணர்ந்து இன்புற, மொழிபெயர்ப்புச் செயல்முறையில் இக்கட்டுப்பாடுகள் பெருந்தடைகளாக இருந்ததாகக் கருதப்பட்டது.

மொழிபெயர்ப்புச் சிக்கல்களை, ஆய்வாளர்கள் மொழியியல் சிக்கல், பழக்கவழக்கப் பண்பாடு, சமூகச் சிக்கல், மறுபடைப்புச் சிக்கல் என்று பலவாறு வகைப்படுத்தி உள்ளனர். ஒரு மொழிபெயர்ப்பு அதன் பண்பாட்டுச் சூழல் வரலாற்றுக் காலம் மொழிக்குடும்பங்கள் ஆகியவற்றோடு பிணைக்கப்பட்டுள்ளது.

1. மொழிபெயர்ப்பில் எழும் சொற்சிக்கல்கள்
2. செய்யுள் மொழிபெயர்ப்பில் எழும் சிக்கல்கள்
3. கருத்தமைவு நிகரிகளின் சிக்கல்கள்
4. பெயர்களை மொழிபெயர்க்கையில் எழும் சிக்கல்கள்

1. மொழிபெயர்ப்பில் எழும் சொற்சிக்கல்கள்

மொழிகள் பலவற்றிலும் 'மொழிபெயர்க்க இயலாத சொற்கள்' இருக்கின்றன. இவற்றின் பொருளை விளக்க தரும் மொழியிலிருந்து இரண்டு அல்லது மூன்று சொற்களைச் சேர்த்துச் சொற்றொடராகவும் அமைக்கலாம்.

சான்றாக, 'கற்புநிலை' என்ற வாசகத்தை *'state of thaistity'* என மொழிமாற்றம் செய்துள்ளதைக் கூறலாம். பலசொற்கள் மொழியியல் சூழ்நிலை மற்றும் பண்பாட்டுச் சமூகச் சூழல்களால் பிணைக்கப்பட்டிருப்பதனை மொழிபெயர்ப்பில் தனித்தனியே நிகரி *(equivalents)* அமைத்து மேற்கொள்ள இயலாது. அதாவது சொல்லுக்குச் சொல் மொழிபெயர்க்காமல் மூலத்தின் உள்ளுணர்வைத் தமிழில் கொண்டு வரச் சில இடங்களில் மூலத்திலுள்ள சில சொற்களை மொழிபெயர்ப்பில் விட்டுவிட நேரிடும். மொழிபெயர்ப்பு மரபுப்படி இவ்வாறு செய்தல் கூடாது என்று பழநி அரங்கசாமி கூறுகிறார்.

மொழிபெயர்ப்புத் துறையில் பாட, வாசகமொழியியல் *(Text Linguistics)* உருவாக்கியுள்ள தாக்குறவு *(influence)* மொத்த மூலத்தையும் மொழிபெயர்ப்பு அலகலகாக ஏற்றுக்கொள்ள வேண்டும் என்ற கருத்தை உருவாக்கியுள்ளது. இக்கருத்தினை காட்ரியாணோ பிக்கென் மறுக்கிறார். அவர் கருத்துப்படி மொழி பெயர்ப்பில் பல சொற்கள் சமூகச் சுற்றுபுறச்சூழலால் கட்டுப் படாமல் விடுதலைச் சூழலில் *(context free)* செயல்படுவனவாக உள்ளன. இந்நேர்வில் ஒரு மொழிபெயர்ப்பு மூலத்தின் உட்கருத்தை உணராது மேற்போக்காக இருந்தால் மூலத்தைவிட்டு விலகியதாகி விடுகிறது.

2. செய்யுள் மொழிபெயர்ப்பில் சிக்கல்கள்

செய்யுளை மொழிபெயர்ப்பதில் ஏற்படும் சிக்கல்களை ஒரு மூலமொழிச் செய்யுளையும் அதன் மொழிபெயர்ப்பையும் எடுத்து ஆய்வு செய்வதால் உணரலாம். ஜீரிலோத்மன் என்பவர் செய்யுள் மொழிபெயர்ப்பை "ஒரு நிலத்துப் பயிரை வேரோடு பறித்து வேறொரு நிலத்தில் நடுவதைப் போன்றது" என்று கூறுகிறார். மொழிமரபு வழிப்பட்ட செய்யுளைச் செய்யுளில் மொழிபெயர்ப்பதா? அல்லது உரைநடையில் மொழிபெயர்ப்பதா? என்ற சிக்கலைப் பற்றிப் பலர் பலவாறு கருத்துத் தெரிவித்துள்ளார்கள். செய்யுளைச் செய்யுளாக மொழிபெயர்க்க வேண்டும் என்ற கருத்தை வலியுறுத்தும் ஆய்வாளர்களில் நீதிபதி சு.மகராசனும் ஒருவர்.

வடிவம் பற்றிப் பேசுகையில் "ஒரு பாரசீகத்து ரோஜாபூவை அம்மிக் குழவியில் வைத்துத் துவையலாக அரைத்துவிட்டால் அதன் சுவை மாறாமல் இருந்தாலும் அதற்கு மிக முக்கியமாக இருந்த வடிவம் அழிந்துவிடுகிறது" என்று கூறுகிறார். தியோடர் சேவரியும் "செய்யுளைச் செய்யுளாக மொழிபெயர்ப்பதே அது மூலத்துடன் தொடர்புடையதாகும்" என்கிறார். செய்யுளை உரைநடையில் மொழிபெயர்ப்பதால் மூலத்தின் உணர்ச்சியையும் ஆற்றலையும் இழக்க நேரிடுகிறது என்பது அவர் வாதம். செய்யுள் தம் சொற்செறிவினாலும் உணர்ச்சிப்பெருக்கான கட்டுக் கோப்பினாலும் பல்மொழி, பண்பாட்டு, சமூக இயல்புகள் கொண்டதாகும். இப்பண்புகளை உரைநடையில் கொண்டுவர இயலாது. சான்றாக,

புறநானூற்றின் 356 பாடலின் 1-4 வரிகளைக் காட்டலாம்.

களரி பரந்து கள்ளி போகிப்
பகலும் கூவும் கூகையோட பிறன்வாய்
ஈம விளக்கிற் போய் மகளிரோடு
அஞ்சுவ தன்றியும் மஞ்சுபடு முதுகாடு

இவற்றை

> Wild vegetation has spread
> the tree spurge has grown
> even in the day time
> with hooting owl and
> demonesses that resort to the commentry - camp
> this dark graveyard looks terrible - kadu is the
> graveyard

என்று பி.டி. சீனிவாச ஐயங்கார் உரைநடையில் மொழிபெயர்ப்புச் செய்ததை எ.கே. ராமானுஜன்,

> The jungle spreads
> cast uses grow
> owls hoot even by day
> and haunted by she - demons
> caping in the light of crematory fires
> this ancient smouldering cremation ground
> looks fearful……..

என்று மேற்கூறிய புறநானூற்று நான்கு அடிகளைச் செய்யுளில் மொழிபெயர்த்துள்ளார். மேற்கண்ட அறிஞர் பெருமக்களின் இருவகை மொழிபெயர்ப்புகளையும் ஒப்பிட்டு ஆய்வு செய்தால் செய்யுள் மொழிபெயர்ப்பின் சிறப்புப் பண்பு நன்கு புலப்படும். எனவே செய்யுளைச் செய்யுளாக மொழிபெயர்க்க வேண்டும். உரைநடையை உரைநடையாக மொழிபெயர்க்க வேண்டும். இக்கருத்தினைப் பாஸ்ட்நட் ஆர்ச்செர், லெனார்டு போன்றோர் செய்யுள் மொழிபெயர்ப்பே துல்லியமாகவும் செறிவாகவும் இருக்குமெனக் கருதுகின்றனர்.

கருத்தமைவு நிகரிகளின் சிக்கல்

ஒரு மொழியில் சொல்லப்படும்/வழங்கும் கருத்தமைவுகளை வேற்றுமொழியில் அதே உயிரோட்டத்துடன் வெளிப்படுத்த இயலாது. இருப்பினும் அறிஞர் பலராலும் பரவலாக ஒப்புக் கொள்ளப்பட்ட

கருத்தமைவுகளுக்கான நிகரிகளைச் செய்யுள் மொழி பெயர்ப்பாயினும் சரி, பிறவாயினும் சரி, அம்மொழிபெயர்ப்பு, மூலத்தை விட்டுவிலகாது, அதற்கு உண்மையாக இருக்க நிகரித் தெரிவு, பயன்படும். ஆகவே தான், மொழிபெயர்ப்பின் நிகரித் தேர்வைப் பற்றி மொழிபெயர்ப்பியல், மொழியியல் வல்லுநர்கள் பல வழிகளில் ஆய்வு நடத்தியுள்ளனர்.

தியோடர் சேவரி, கே.சி. காட்ஃபோர்டு, யூஜின் ஏ. நைடா, சூசன் பாஸ்நெட்- மெக்கையர், போப்போவிக் எனும் ஐந்து அறிஞர் பெருமக்கள் மொழிபெயர்ப்பில் நிகரிக் கொள்கை பற்றி ஆய்வு செய்துள்ளனர். இதில் பல வகைகளும் உள்ளன.

கருத்தமைவுச் சொல் நிகரி: செய்யுளின் கருத்தமைவு களாக இடம்பெறும் சொற்களைத் தமிழிலிருந்து ஆங்கிலத்தில் மொழிபெயர்க்கையில் அறிஞர் பெருமக்கள் சிக்கல்கள் பலவற்றை எதிர்கொண்டுள்ளனர். சான்றாக, தமிழில் 22 சொற்களால் அமைந்த பின்வரும் குறுந்தொகைச் செய்யுளை, ஏ.கே. இராமானுஜம், ஜீ.எல்.ஹார்ட்டும், சண்முகம் பிள்ளையும் லாட்வின்னும், அண்ணாமலையும் கிஃப்மேனும், ஜேசுதாசனும், கமில்சுலபில்லும், பன்னீர்செல்வமும் ஆங்கிலத்தில் ஆளுக்குச் சராசரி நாற்பது சொற்களில் மொழிபெயர்த்துள்ளனர். இத்தகைய சொற் பெருக்கத்திற்குக் காரணம் இருமொழிகளும் வெவ்வேறு குடும்பத்தவை.

யாரு மில்லை தானே கள்வன்
தானது பொய்ப்பின் யானெவன் செய்கோ
தினைத்தா ளன்ன சிறுபசுங் கால
ஒழுகுநீர் ஆரல் பார்க்கும்
குருகும் உண்டு தான்மணந்த ஞான்றே!

மேற்குறித்த பாடலை மொழிபெயர்த்த ஏழு நபர்களும் ‘கள்வன்’, ‘பொய்ப்பின்’, ‘மணந்த’. என்ற மூன்று கருத்தமைவுச் சொற்களை ஒவ்வொருவரும் ஒவ்வொரு சொற்களைச் சொல்லுக்குச் சொல்

தேடி நிகரிகளையிட்டு நிரப்பி உள்ளனர். பெருமையை விளக்குவதற்கு இலக்கிய இலக்கண ஆசிரியர்களின் வரையறைகளைப் படித்து மொழிபெயர்ப்பது விரிவான மொழிபெயர்ப்பிற்கு நல்ல சான்றாகும்.

பெயர்களை மொழிபெயர்க்கையில் எழும் சிக்கல்கள்

பொருட்கள், மனிதர்கள், இடங்கள் ஆகியவற்றின் பெயர்கள் சமூக அங்கீகாரமும் தனிச்சிறப்பும் பெற உதவுகின்றன. மொழிபெயர்ப்பாளர்கள் பெயர்களை மொழிபெயர்ப்பதற்குப் பல செயல்முறைகளைப் பின்பற்றியுள்ளனர். இம்முறைகளில் வரையறுக்கப்பட்டமுறை ஏதுமில்லை. மொழிபெயர்ப்பாளர் ஒவ்வொரு துறையிலும் தனித்தனியுத்திகளை பின்பற்றியுள்ளனர். இச்சிக்கல் ஏற்படுத்துவதற்கான பல காரணங்களில் சிலவற்றை மட்டும் இங்கே நாம் குறிப்பிடலாம்.

1. சமூகமும் பண்பாடும்
2. நிலமும் மொழியும்
3. காலமும் நாகரிகமும்
4. தாவரங்களின் பெயர்கள்
5. வேதியற், தட்டுமுட்டு சாமான்கள் பெயர்கள்

1. சமூகமும் பண்பாடும்

தொல்காப்பியப் பெயர் பற்றிக் கூறும் நூற்பாவில் நிலப்பெயரை முதலாவதாகக் குறிப்பிட்டுள்ளார். சமூகத்தில் சோழ நாட்டவரைச் சோழியன் எனவும் பாண்டிய நாட்டவரைப் பாண்டியன் எனவும் வழங்கும் மரபுத்தமிழ் இலக்கியத்தில் உள்ளது.

2. நிலமும் மொழியும்

நிலத்தையொட்டித் தலை மக்கள் பெயர்களும் இடம் பெற்றன. ஓரிடத்தில் வாழும் மக்கள் இடத்திற்கு ஏற்ப சாரல் நாடன், மலைநாடன் என்றும் செய்யும் தொழிலை வைத்து வலைஞன், கலைஞன், வேடன் எனவும் பெயர்கள் வழங்கப்பட்டன.

3. காலமும் நாகரிகமும்

சங்க இலக்கியங்களில் கணவன், மனைவி, தாய், குழந்தை உறவுகள் உள்ளன. திருவாசகம், திருவெம்பாவை போன்ற பக்தி இலக்கியங்களில் தாய், சேய் உறவு மற்றும் நாயக, நாயகி பாவம் ஆகியன செறிந்துள்ளன. முல்லைப்பாட்டில் இடம்பெறும் தாயார் (**Mother**) என்றும் குறுந்தொகையிலிள்ள யாய் ஆகியன *My mother My Father* என்றும் மொழிபெயர்க்கப்பட்டுள்ளன.

4. தாவரங்களின் பெயர்கள்

விலங்கு தாவரம் போன்றவற்றின் பெயர்களை

ஒலிபெயர்ப்பு

மொழிபெயர்ப்பு

விளக்கமுறை

என மேற்கண்ட முறைகளில் ஏதேனும் ஒன்றனை பயன்படுத்தலாம்.

5. வேதியியல் தட்டுமுட்டுச் சாமான் பெயர்கள்

வேதியியல் தட்டுமுட்டு சாமான் பெயர்களை இலக்கு மொழியாளர் அறியாதவிடத்து ஒலிபெயர்ப்புச் செய்வதும் அறியுமிடத்து இலக்குமொழி நிகரி கொடுப்பதும் உண்டு. சில நேரங்களில் இவ்விரு முறைகளும் கலந்து இடம் பெறுவதுண்டு.

Foxgram - நரிப்பயறு
Foxgram - மோத்பீன்

தமிழ் ஆங்கில மொழிகளின் ஒற்றுமை வேற்றுமைகளால் ஏற்படும் மொழிபெயர்ப்புச் சிக்கல்களும் தீர்வுகளும்

தரும்மொழி பெறும்மொழிகளின் கட்டமைப்பையும் பண்பாட்டையும் தெரிந்து வைத்திருக்க வேண்டும் என்பது மொழிபெயர்ப்பாளர்களின் தகுதிகளில் ஒன்றாகக் கருதப்படுகின்றது. தமிழ்மொழி திராவிட மொழிக் குடும்பத்தைச் சேர்ந்த மொழி.

இந்தோ ஆரிய மொழிக் குடும்பத்தைச் சேர்ந்த மொழி. ஆங்கிலம் இரண்டு மொழிகளிலுமே அவற்றின் கட்டமைப்பிலும் பண்பாட்டிலும் ஒற்றுமைகளையும், வேற்றுமைகளையும் கொண்டுள்ளது. இக்கட்டமைப்பு, பண்பாட்டு வேற்றுமைகளால் ஒரு மொழியிலிருந்து இன்னொரு மொழிக்கு மொழிபெயர்ப்பு செய்யும்போது சில சிக்கல்கள் ஏற்படுகின்றன. அச்சிக்கல்கள் நீக்கப்பட்டு தருமொழி இலக்கியங்களின் கருத்து, சுவை, நடை ஆகியன குன்றாமல் பெறும்மொழியில் மொழிபெயர்க்கப்பட்டால் தான் அம்மொழி பெயர்ப்பு ஒரு சிறந்த மொழிபெயர்ப்பாக அமையும். இங்கே தமிழ் ஆங்கில மொழிகளின் கட்டமைப்பு பற்றியும் கடடமைப்பு ஒற்றுமை வேற்றுமைகளால் ஏற்படும் மொழிபெயர்ப்புச் சிக்கல்கள் பற்றியும் சான்றுகளின் வழியாக ஆராயப்படுகின்றது.

தமிழ் மொழியில் சாதாரண வாக்கியத்தின் அமைப்பு முறை எழுவாய் (S), பயனிலை (O), செயப்படுபொருள் (V) என அமைந்துள்ளது. ஆங்கிலத்தில் இவ்வரிசை எழுவாய் (S), செயப்படுபொருள் (V), பயனிலை (O) என அமைந்துள்ளது. இச்சாதாரண வாக்கிய அமைப்பின் அடிப்படையை ஒட்டியே இவ்விரு மொழிகளின் ஏனைய கட்டமைப்புகள் அமைந்துள்ளன.

தமிழ் மொழியிலும் உலகிலுள்ள பெரும்பான்மையான மொழிகளிலும் சாதாரண வாக்கியத்தின் அமைப்பு SOV ஆக அமைந்துள்ளதைப் பார்க்க முடிகின்றது.

குழந்தைகள் பூக்களைப் பறித்தனர்
 S   O   V

இவ்வாக்கியத்தை மாற்றி அமைத்தால் வாக்கியம் தரும் பொருண்மை முற்றிலும் மாறுபடும்.

பூக்கள் குழந்தைகள் பறித்தன. இவ்வாக்கிய அமைப்பு சரியாக இருந்தாலும் பொருண்மை நிலையில் ஏற்றுக் கொள்ளப் படமாட்டாது. இதை Semantically deviant sentence என்பார்கள்.

உலகத்திலுள்ள மொழிகளை சாதாரண வாக்கியத்தில் எழுவாய், பயனிலை, செயப்படுபொருள் (வினை). இவற்றின் வருகையின் அடிப்படையில் ஆறுவகைகளாகப் பிரிக்கலாம். அவை,

SOV திராவிட மொழிகள்

SVO ஆங்கிலம், பிரெஞ்சு, அராபிக்

VSO ஐரிஷ்

VOS மலகாஸி (Malagasy)

OVS ஹிக்ஸகரியான (Hixkaryana)

OSV தியராபல் (Dyirbal)

வினைக்கும் பயனிலைக்கும் உள்ளத் தெடர்பினை அடியொட்டி இந்த ஆறு வகையான மொழிகளை OV and VO மொழிகள் என இருபெரும் பிரிவுகளுக்குள் அடக்கலாம். இந்த இரண்டு அடிப்படை வரிசைகளை ஆதாரமாகக் கொண்டு மொழிகளிலுள்ள ஏனைய அமைப்புகள் அமைந்துள்ளன. எனவே OV வகை மொழிக்குச் சான்றாக தமிழ் மொழியும், VO வகை மொழிக்குச் சான்றாக ஆங்கிலமும் எடுத்துக் கொள்ளப்பட்டு அவற்றின் அமைப்புகளில் அமைந்துள்ள ஒற்றுமை வேற்றுமைகளையும் அதனால் ஏற்படும் மொழிபெயர்ப்புச் சிக்கல்களும் ஆராயப்படுகின்றன.

அடிப்படை வாக்கிய அமைப்பு (Basic Word Order)

தமிழில் அடிப்படை வாக்கியத்தின் அமைப்பு SOV, ஆங்கிலத்தில் SVO

கமலா படம் பார்த்தாள்

S O V

Kamala saw the picture

S V O

வினையை இறுதியாகக் கொண்ட மொழிகளின் வாக்கியங்களில் அதன் உறுப்புகளை மாற்றலாம். ஆனால் செய்யப் படுபொருளை இறுதியாகக் கொண்ட வாக்கியங்களைக் கொண்ட மொழிகளின் வாக்கிய அமைப்பை மாற்றவே முடியாது.

வினையிறுதி (OV languages) மொழிகளில் பொதுவாக பெயரடை, வினையடை, உடைமை வேற்றுமை போன்றவற்றை எந்த பெயரை அல்லது வினையைச் சிறப்பிக்க வருகின்றதோ அதற்கு முன்னர் வரும்

அழகான ரோசா
பெயரடை பெயர்

வேகமாக நடந்தான்
வினையடை வினை

என் னுடைய புத்தகம்
உடைமை வேற்றுமை பெயர்
பெயர்

பயனிலையிறுதி மொழிகளில் அதாவது ஆங்கிலத்தில் பெயரடை பெயருக்கு முன்னரும், வினையடை வினைக்குப் பின்னரும், உடைமை வேற்று பெயருக்கு முன்னும் பின்னும் வருகின்றது.

Beautiful Rose
Adj   N
Ran   fastly
V   Adv
Rama's Book
P.C.   N
Book of Rama
N   P.C

வினையிறுதி மொழிகளில் வினா வாக்கியம் இரண்டு முறைகளால் அமைகின்றது. முதலாம் வகை வினா வாக்கியங்கள், a,e,o, என்னும் செயலிகளை சொல்லின் இறுதியில் சேர்க்கும் பொழுது அவை வினாவாகின்றன. இரண்டாம் வகையில் ஏன், என்ன, எப்படி, எங்கு, எது போன்ற வினாச் சொற்களை வாக்கியத்தின் முதல், இடை, கடையில் சேர்ப்பதால் வினா வாக்கியம் உருவாகின்றது.

அவன் வந்தான் + அ > அவன் வந்தானா?

அவன் இராமன் + அ > அவன் இராமனா?

ஏன் வந்தாய்

நீ ஏன் பாடம் படிக்கவில்லை?

நீ வீட்டிற்கு வராதது ஏன்?

பயனிலை இறுதி வாக்கியங்களில் துணை வினைகளை மொழிக்கு முதலில் கொண்டு வருவதால் ஒரு வகை வினா வாக்கியங்களையும், ***why, what, when, where, who, whom, whose*** போன்ற வினாச் சொற்களை வாக்கியத்திற்கு முதலில் இணைப்பதால் இரண்டாம் வகை வினா வாக்கியங்களை அமைக்க இயலும்.

He has come > Has he come?

What is his name?

வினையிறுதி மொழிகளில் துணை வினை முதன்மை வினைக்கு அடுத்து, எண், இடம், பால் காட்டும் விகுதிகளை ஏற்று வரும்.

கலா வந்து இருந்தாள்

துு.வி. மு.வி.

பயனிலை இறுதி மொழிகளில் துணை வினை முதன்மை வினைக்கு முன் வரும்

She has come

து.வி. மு.வி

பெரும்பாலான விளையிறுதி மொழிகள் பின்னொட்டு மொழிகளாகவே இருக்கின்றன. இப்பின்னொட்டு மொழிகளில் பெயருக்கும் வினைக்குமானத் தொடர்பினைச் சுட்ட வேற்றுமை யுருபுகளே பயன்படுத்தப்படுகின்றன.

கத்தியால் வெட்டினான்

வீட்டுக்குச் சென்றேன்

இராமனைக் கண்டேன்

பயனிலை இறுதி மொழிகளில் வேற்றுமை உருபுகளின் பயன்பாடு குறைவு. வேற்றுமை உருபுகளுக்குப் பதிலாக முன்னிடைச் சொற்கள் *(Prepositions)* பயன்படுத்தப்படுகின்றன.

Cut the apple with the knife

Went to the house

I saw Raman

இவ்வாறாக கட்டமைப்பில் உள்ள ஒற்றுமை வேற்றுமைகள் மொழி பெயர்ப்பில் சில சிக்கல்களை ஏற்படுத்துகின்றன. பாரதிதாசனின் பாடல்கள் தமிழிலிருந்து ஆங்கிலத்திற்கு மொழிபெயர்ப்பு செய்யப்பட்டுள்ளன. அவற்றின் பாடல்களின் தலைப்புகள் மட்டுமே தரவுகளாக எடுத்து கொள்ளப்பட்டு ஆராயப்படுகின்றன.

ஆங்கிலத்தில் கட்டிடைச்சொற்களான (articles) a, an, the என்பவை பெயருக்கு முன் வந்து பெயரின் தன்மையைக் குறிப்பவையாக அமையும். இவற்றின் a யும் an வும் வரையறை செய்யாத கட்டிடைச்சொற்கள். the வரையறை செய்யும் கட்டிடைச் சொல்லாகும். இவற்றிற்கு இணையான நிகரன்கள் தமிழில் இல்லை. எனவே தமிழில் இல்லாத நிகரன்களுக்குப் பதிலாக ஆங்கிலத்தில் மொழிபெயர்ப்பு செய்யும் பொழுது சீர்மையான மொழிபெயர்ப்பைக் காண இயலவில்லை.

தமிழின் - The Tamils

பெண் குழந்தை தாலாட்டு - Lullaby for a Tamil child

பலிபீடம் - The sacrificial Alter

நிலா - The moon

பத்திரிக்கை - The press

வானம் - The sky

தமிழ்க் கனவு - The Tamil Dream

மகா கவி - The grand poet

வீரத்தாய் - Heroic Mother

காதலைத் தீய்த்த கட்டுப்பாடு - Restriction that ruined love

அணில் - Squirrel

மேலே காட்டப்பட்டுள்ள எடுத்துக்காட்டுகளில் வரையறை செய்யும் கட்டிடைச் சொல் பெரும்பாலான இடங்களில் பயன்படுத்தப்பட்டுள்ளது. ஆனால் உள்ள தலைப்புகள் எவையும் வரையறை செய்யப்பட வேண்டியவை அல்ல. எனினும் அவை ஒரே சீர்மையுடனும் பயன்படுத்தப்படவில்லை வீரத்தாய் என்பது எவ்வித சுட்டிடைச் சொல்லும் இன்றி 'Heroie mother' என்று மொழிபெயர்ப்பு செய்யப்பட்டுள்ளது. அடுத்த எடுத்துக் காட்டில் காதலைத் தீய்த்த கட்டுப்பாடு என்பது Restriction that ruined Love என்று உள்ளது. இங்கு 'the Love' என்று இருந்திருந்தால் சிறப்பாக இருந்திருக்கும்.

இங்கு இணையான நிகரன்கள் இல்லாத காரணத்தால் a, an, the என்னும் சுட்டிடைச் சொற்களின் பயன்பாட்டில் சீர்மை இல்லை. 'an' என்னும் கட்டிடைச் சொல் எங்கும் பயன்படுத்தப் படவில்லை. 'a' என்னும் உருபு ஓர் என்பதற்கு இணையாகவும் இன்று என்னும் பொருண்மையை உணர்த்தும் பொருட்டும் பயன்படுத்தப்பட்டுள்ளது.

ஓர் உரையாடல் - A Conversation

பெண் குழந்தை தாலாட்டு - Lullaby for a Tamil child

சுட்டிடைச் சொற்களைப் பயன்படுத்துவதில் பொருண்மையே உற்று நோக்கப்பட வேண்டும். ஒரு குறிப்பிட்ட பெயர் வரையறை செய்யப்பட வேண்டும் என்றால் மட்டுமே சுட்டிடைச் சொற்களைப் பயன்படுத்த வேண்டும். மேலே காட்டப் பட்ட சான்றுகளில் தேவைப் பட்ட இடங்களில் விடுபட்டும் தேவை யற்ற இடங்களில் பயன்படுத்தப் பட்டுள்ளது. பொருண்மையின் அடிப்படையில் பயன்படுத்த வேண்டுமா? இல்லையா? என்பதை முடிவு செய்ய வேண்டும்.

உடைமை வேற்றுமையை மொழிபெயர்ப்பதில் சீர்மையின்மையைப் பார்க்க முடிகின்றது. தமிழில் உடைமை வேற்றுமை தொக்கும் தொகாமலும் வரும். ஆங்கிலத்தில் இரண்டு வகையான கட்டமைப்பில் உடைமை வேற்றுமை அமைப்பு உள்ளது.

பெண் கல்வி - Women's Education
உலக ஒற்றுமை - world unity (unity of world)
மானிட சக்தி - power of mankind
மானிட சக்தி - might of man
திராவிடன் கடமை - Dravidian'd Duty
திராவிடர் திருப்பாடல் - Holy song of Dravidian
கடவுள் மறைந்தார் - God's Disappearence
ஏழையின் குடிசை - The poor man's hut
தென்றலின் குறும்பு - The frolic some southwind
தென்றலின் வருகை - The coming of the southerly

ஆங்கிலத்தில் உடைமை வேற்றுமை உருபு நிலையிலும் தொடர் நிலையிலும் உணர்த்தப்படுகின்றது. தமிழில் உருபு நிலையில் மட்டுமே உணர்த்தப்பட்டாலும் உருபு வெளிப்படை யாகவும் மறைந்தும் வரும் இயல்புடையது. இக்காரணத்தால் மொழிபெயர்ப்பில் சீர்மை இல்லை. உயிர்ப் பொருள்களைக் குறிக்கும் பெயர்ச் சொற்கள் 's' என்னும் வேற்றுமை உருபு ஏற்று உடைமை பொருளை வெளிப்படுத்தும்.

உயிரற்ற பொருள்களைக் குறிக்கும் பெயர்கள் தொடரியல் நிலையில் உடைமைப் பொருளை உணர்த்தும். இந்த வரையறை மொழிபெயர்ப்பில் பின்பற்றபடவில்லை. எனவே உடைமை வேற்றுமையை மொழிபெயர்க்கும் போது உருபு நிலையிலா, தொடர் நிலையிலா என்று வரையறை செய்ய வேண்டும்.

மாணவருக்கு எழுச்சி -

1. Student's awake
2. A Bugglo call to the student

மனிதருக்கு ஏன்? -

why Among men?

நான்காம் வேற்றுமை உருபு கு மூன்று வகையாக மொழிபெயர்க்கப்பட்டுள்ளது. முதலில் மொழிபெயர்ப்பில் வேற்றுமை உருபுக்கு இணையான எவ்வித சொல்லும் பயன்படுத்தப் படவில்லை. இரண்டாவது மொழிபெயர்ப்பில் 'to the' என்னும் முன்னிடைச் சொல்லும் மூன்றாவது மொழிபெயர்ப்பில் 'among' என்னும் முன்னிடைச் சொல்லும் பயன்படுத்தப்பட்டுள்ளது.

பெண்ணுக்கு நீதி - Justice for the women

பெண் குழந்தை தாலாட்டு - Lullaby for the child

இவ்எடுத்துக்காட்டில் தமிழில் நான்காம் வெற்றுமை உருபு மறைந்து வந்தாலும் ஆங்கிலத்தில் 'of' என்னும் முன்னிடைச் சொல்லைத் தமிழுக்கு மொழிபெயர்ப்பு செய்யும் போது எந்த வேற்றுமை உருபுக்கு எந்த முன்னிடைச் சொல்லைப் பயன்படுத்துவது என்ற மயக்கம் ஏற்படுகின்றது. இந்த வேற்றுமைக்கு இன்னின்ன முன்னிடைச் சொற்கள் என வரையறை செய்தால் மொழிபெயர்ப்பு சிறப்பாக அமையும்.

பெயரடையும் பெயரும் இணைந்து வரும் கூட்டுச் சொற்களை மொழிபெயர்ப்பதிலும் சீர்மை பின்பற்றிப்படவில்லை.

தமிழ் வளர்ச்சி - Tamil Development

தமிழ்த் தாய் - Mother Tamil

இன்பத் தமிழ்	-	Sweet Tamil
தமிழ்ப் பேறு	-	Tamil A Unique hertage
தமிழ்க் கனவு	-	A Tamil Dream
காதல் வாழ்வு	-	The glory of Love
தமிழ் வளர்ச்சி	-	On Tamil Development
தமிழ்ப் பேறு	-	Tamil learning

மேலே கூறப்பட்டுள்ள எடுத்துக் காட்டுகளில் வரிசை மாற்றம், முன்னிடைச் சொற்கள் பயன்பாடு ஆகியவற்றின் மாற்றங்கள் காணப்படுகின்றன. தமிழில் பெயரடை + பெயர் என்ற கூட்டுத் தொடர்களாக அமைந்துள்ள தொடர்கள் ஆங்கிலத்தில் வெவ்வேறு முறைகளில் மொழிபெயர்ப்பு செய்யப்பட்டு கூட்டுச் சொற்களாக மட்டுமின்றித் தொடர்களாகவும் மொழிபெயர்க்கப்பட்டுள்ளன.

முடிவுரை

ஒரு மொழிபெயர்ப்பாளர், மொழிபெயர்ப்பை ஆரம்பிக்கும் முன்பே தருமொழி, பெறுமொழிகளின் கட்டமைப்பை உருபன், சொல், தொடர், பொருண்மை ஆகிய நிலைகளில் விரிவாக ஆராய்ந்து நிகரன்களை வரையறை செய்து பின்னர் மொழி பெயர்ப்பை செய்தால் மொழிபெயர்ப்பு மிகச் சிறப்பாக அமையும் என்பதை மேலே சுட்டப்பட்ட சான்றுகள் வழி அறியலாம்.

மொழிபெயர்ப்பாளன்

மொழிபெயர்ப்பாளன் என்பவன் மொழிக்கும், மக்களுக்கும் மனிதத்துக்கும் ஆக்கம் சேர்ப்பவன் தன்னைக் கரைத்துக் கொண்டு மூலத்தின் பெருமைகளைப் பறைசாற்றுபவன் தன்னை மறைத்துக் கொண்டு அறிவுச் செல்வங்களைப் பரவலாகப் பலர் நுகரப் பாயவிடுபவன்.

உரைவழி மொழிபெயர்பாளர்கள்

வாய்வழி மொழிபெயர்பவர்கள் உரைவழி மொழி பெயர்பாளர்கள் அல்லது உரைபெயர்ப்பாளர்கள் என்றும் அழைக்கப்படுவர்.

உரைவழி மொழிபெயர்ப்பாளர்கள் பல பிரிவினர்களாகப் பிரிக்கப்பட்டுள்ளனர். அவர்கள் மாநாட்டு உரைபெயர்ப்பாளர்கள் என்று பொதுவாக அழைக்கப்பட்டாலும் அவர்கள் செய்யும் பணி அடிப்படையில் அவர்கள் கால இடைவெளி உரை பெயர்ப்பாளர்கள் **(Consecutive interpreters)**, ஏககால (அல்லது உடனுக்குடன்) உரைபெயர்பாளர்கள் **(simultaneous interpreters)** மற்றும் காதோடு உரைவழி மொழி பெயர்ப்பாளர்கள் எனப் பிரிக்கப் பட்டுள்ளனர்.

கால இடைவெளி உரைவழி மொழிபெயர்ப்பாளர்கள்

இத்தகைய உரைவழி மொழிபெயர்ப்பாளர்கள், கூட்டங்களில் கலந்துகொள்ளும் பேராளர்களுடன் அமர்ந்து பேராளர்கள் ஆற்றும் உரையைக் கேட்டு ஒரு குறிப்பிட்ட வாக்கியத்துடன் நிறுத்தும்போது, உரைவழி மொழி பெயர்ப்பாளர்கள் தாங்கள் எழுதி வைத்துள்ள குறிப்புகளின் உதவியுடன் மாற்று மொழியில் உரைவழி மொழி பெயர்ப்பார்கள்.

ஏககால உரைவழி மொழிபெயர்ப்பாளர்கள்

குறைந்தது இருவர், ஒலிபுகாக் கூடத்தில் அமர்ந்து உரைவழி மொழிபெயர்ப்புப் பணியில் ஈடுபடுவர். மாநாட்டு அறையில் உள்ள பேச்சாளர் ஒலிபெருக்கி வழி உரையாற்றுவார். காதில் அணிந்துள்ள ஒலிவாங்கி மூலம் அதனை கேட்கும் உரைவழி மொழிபெயர்ப்பாளர் ஏககாலத்தில் மற்றொரு மொழியில் மொழிபெயர்ப்பார்.

ஏககால உரைவழி மொழிபெயர்ப்புக்கும் கால இடைவெளி உரைபெயர்ப்புக்கும் உள்ள வேறுபாடுகள்

கால இடைஉரைபெயர்ப்பு	ஏககால உரைபெயர்ப்பு
ஒலிபெருக்கிக் கருவியைத் தவிர மற்ற கருவிகள் தேவையில்லை – மலிவானது.	ஒலிபெருக்கிக் கருவிகள், அஞ்சல் மொழிபெயர்ப்புக் கருவிகள், காதில் வைத்துக் கேட்கும் கருவிகள் செலவு மிக்கது.
மொழிபெயர்ப்பின் சமிக்ஞையை மற்றவர்கள் பெற முடியாது.	மொழிபெயர்ப்பின் சமிக்ஞையை மற்றவர்கள் பெற முடியும்.
உரையின் இறுதியில் அல்லது கொடுக்கப்படும் இடைவெளியின் போது உரை பெயர்க்க வேண்டும்.	உடனடியாக உரைவழி மொழி பெயர்க்க வேண்டும்
வேகம் உரைவழி மொழி பெயர்ப்பாளரால் நியாயமான அளவில் நிர்ணயிக்கப்படும்.	வேகம் உரையாற்றுபவரால் நிர்ணயிக்கப்படும், உரைவழி மொழிபெயர்ப்பாளர் அதற்கு ஏற்ப ஈடுகொடுக்கவேண்டும்.

நாடுகளிடையிலான தூதரகப் பேச்சு வார்த்தைகள், ஐரோப்பிய ஒன்றிய மற்றும் ஆசியான்உச்சநிலை மாநாடுகள் போன்ற முக்கிய கூட்டங்களில் இவ்வகை மொழிபெயர்ப்பு பயன்படுத்தப்படுகிறது.	மாநாடுகள், நாடாளுமன்றக் கூட்டங்கள்போன்ற போராளர்கள் எண்ணிக்கை அதிகம் உள்ள கூட்டங்களில் ஏககால உரைவழி மொழிபெயர்ப்பு பயன்படுத்தப் படுகிறது.

காதோடு உரைபெயர்ப்பாளர்கள்: செவியருகி உரையாளர்

இவர் உண்மையில் ஏககால மொழிபெயர்ப்புதான் செய்கிறார்கள். ஆனால் இவர்களிடம் மொழிபெயர்ப்புக் கருவிகள் ஒன்றும் இருக்காது. பேராளர்களுக்கிடையே அமர்ந்திருப்பார்கள் அல்லது அவர்களுக்கு பின்னால் அமர்ந்து கேட்பவரின் காதில் நேரடியாக மொழிபெயர்த்துக் கூறுவார்கள்.

உரைவழி மொழிபெயர்ப்பும் எழுத்துவழி மொழிபெயர்ப்பும்

எழுத்துவழி மொழிபெயர்ப்பாளர்கள் எழுதப்பட்ட சொற்களுடன் பணியாற்றுவர்.

உரைவழி மொழிபெயர்ப்பாளர்களோ பேசுபவர்களின் சொற்களைக் கையாள வேண்டும்.

எழுத்துவழி மொழிபெயர்ப்பாளருக்கும் உரைவழி மொழி பெயர்ப்பாளருக்கும் தேவையான திறன்கள்.

இருமொழி அறிவு

ஒருமொழிபெயர்ப்பாளனுக்கு மொழிபெயர்ப்பு சம்பந்தப் பட்ட இருமொழிகளிலும், அதாவது தரும்மொழி, பெறும்மொழி ஆகிய இரண்டிலும் ஆழ்ந்தகன்ற புலமை இருத்தல் வேண்டும். இருமொழிகளிலும் சொற்களின் நேர்பொருள் வழக்குகள், சிறப்பு

வழக்குகள், விலங்குச் சொற்கள்-தொடர்கள், மொழியின் கட்டமைப்பு விதிகள், சொல்லக்க வடிவமைப்புகள், ஒலிமரபுகள் ஆகிய அனைத்திலும் தேர்ச்சியும், பயிற்சியும் இருத்தல் வேண்டும். தரும்மொழி, பெறும்மொழி ஆகிய இருமொழிகளைப் பேசும் மக்களின் பண்பாட்டுப் பின்புலம், பண்பாட்டு வழக்குகள் ஆகியவை பற்றிய அறிவும் தேவைப்படுகிறது.

அறிவுத்துறையில் புலமை

தான் மொழிபெயர்க்கத் தேர்ந்துகொண்ட அறிவுத்துறையில் (**discipline**) ஆழ்ந்த அறிவும், படிப்பும் மொழிபெயர்ப்பாளனின் அடிப்படைதகுதியாகும்.

மிகையும் வேண்டாம், குறையும் வேண்டாம்

கலைச்சொல்லாக்கம்

மொழிபற்றிய மனப்பான்மை

மொழிபெயர்ப்பியல் பற்றிய அறிவு

மொழித்திறம்

ஆக்கத்திறன்

நிகரன்களை தேர்தல்

மொழிபெயர்ப்பில் பொருத்தமான நிகரன்களைத் தேர்ந்தெடுத்துப் பயன்படுத்துவதில்தான் ஒருமொழிபெயர்ப்பாளனின் வெற்றி பொதிந்து கிடக்கிறது. மொழிபெயர்ப்பு நிகரன்களைத் தேர்வு செய்வதில் நிகர்மை அளவு கீழ்காணும் விதத்தில் அமைகிறது.

எழுத்துக்கு எழுத்து (தரும்மொழி எழுத்துக்குப் பெறும் மொழி எழுத்து) பதிலியாதல்.

Driver - ஓட்டுநர் (ஓட்டு + நர்)

Inhibitor - தடுப்பான் (தடுப்பு + ஆன்)

Promotor - ஊக்கி (ஊக்கி + இ)

சொல்லுக்குச் சொல் (தரும்மொழிச் சொல்லுக்குப் பெறும்மொழிச்சொல்) பதிலியாதல்.

தொடருக்குத் தொடர் (தரும்மொழித் தொடருக்குப் பெறும்மொழித் தொடர்) பதிலியாதல்.

வாக்கியத்துக்கு வாக்கியம் (தரும்மொழி வாககியத்துக்குப் பெறும்மொழி வாக்கியம்) பதலியாதல்.

கருத்துப்படிவத்துக்குக் கருத்துப்படிவம் (தரும்மொழியில் உள்ள கருத்துப்படிவத்துக்குப் பெறும்மொழியில் கருத்துபடிவம்) பதலியாதல்.

சூழமைவுக்குச் சூழமைவு (தரும்மொழியில் அமைந்த சூழமைவுக்குப் பெறும்மொழியில் அமைந்த சூழமைவு) பதலியாதல்.

எழுத்துவழி மொழிபெயர்ப்பாளர் உரைவழி மொழிபெயர்ப்பாளர் மூல நூல், ஆவணம் ஆகியவற்றை நன்கு புரிந்துகொள்ளும் திறம், ஆழமான பகுத்தாய்வுத் திறன். மூல உரையை நன்கு புரிந்துகொள்ளும் திறம், விரைவில் பகுத்தாயும் ஆற்றல் மற்றும் திறம்பட உரைத்தல் திறன். மூலத்தின் கருத்துச் சிதைவில்லாமல் உண்மையுடன் மொழி பெயர்த்தல் உயர்தரமான ஆய்வு மற்றும் நல்ல எழுத்துப்பாணி, உயர்தர முன் தயாரிப்பு, உயர்தரப் பேச்சாற்றல்.

மொழிபெயர்ப்பாளர்கள் எங்கு வேலை செய்கின்றனர்

எழுத்துவழி மொழிபெயர்ப்பாளர்களும் உரைவழி மொழி பெயர்ப்பாளர்களும் அரசாங்க சேவையில், அனைத்துலக நிறுவனங்களில், தனியார் துறையில், மொழிபெயர்ப்பு நிறுவனங்களில், தனிப்பட்ட முறையில் மொழிபெயர்ப்பு சேவை வழங்குபவர்களாகவும், நாளிதழ்களில், வானொலி தொலைக்காட்சி செய்திப் பிரிவுகளிலும் பணியாற்றக்கூடும்.

மொழிபெயர்ப்பாளர்களுக்கு உதவும் தொழில்நுட்பம்
கணினி மென்பொருட்கள்
மொழிபெயர்ப்பு நினைவாற்றல் வங்கி
வலைதலங்கள்
அகராதிகள்

இத்தொழில்நுட்ப கருவிகள் மொழிபெயர்ப்பாளர் நல்ல ஒரு மொழி பெயர்ப்பினைக் கொண்டு வருவதற்கு உறுதுணையாக இருக்கும். இருந்தபோதிலும் தொழில்நுட்ப கருவிகளால் பெறப்படும் மொழி பெயர்ப்பை சரிபார்த்தல் இன்றியமையாததாகும்.

நைடா ஒரு மொழிபெயர்ப்பாளரின் செயல்பாடு எவ்வாறு இருக்க வேண்டும் என்பதையும் குறிப்பிடுகிறார். அவர், 'The Translation's function may be characterised in one as three principal ways (1) as pioneer (2) as midwife and (3)as teamate (1964:153)

மொழிபெயர்ப்பாளன் தானே முன்நின்று அனைத்து மொழி பெயர்ப்பைச் செய்யும் முன்னோடி (Pioneer) யாகவும், துறைசார்ந்த வல்லுநர்களுடன் இணைந்து பணியாற்றும் கூட்டாளி (teamate) மற்றவர்களின் உதவியையும் இணைந்துகொண்டு வேலை செய்யும் ஒரு தாதியைப் (midwife) போன்றும் செயல்பட வேண்டும் என்கிறார்.

மொழிபெயர்ப்பும் கலைச் சொல்லாக்கமும்

உலகமயமாக்கல் சூழலில் அறிவியல் உலகில் ஆயிரமாயிரம் கண்டுபிடிப்புகள். அவை அனைத்தையும் கொண்டு வர வேண்டும். அப்பொழுதுதான் நம்மொழி வாழும்மொழியாக வளரும் மொழியாக இருக்கும். அவற்றையும் மொழியில் கொண்டு வரவில்லையென்றால் நம் வளர்ச்சி முடங்கிப்போகும். முடங்கிப் போய் விடாமல் உலகத்தினரோடு போட்டிபோட வேண்டுமெனில் அறிவியல் கண்டுப்பிடிப்புகள் மொழி பெயர்க்கப்பட வேண்டும். மொழிபெயர்ப்பில் முக்கியப் பங்கு வகிப்பது கலைச் சொல்லாக்கம்.

தமிழில் கலைச்சொற்கள் ஐந்து முறைகளில் உருவாக்கப் படுகின்றன.

1. பழஞ்சொற்களைப் பயன்படுத்துதல் - Use of old words
2. சொற்பொருள் விரிவு - Extension of Meaning
3. புதுச்சொல் படைப்பு Word creation
4. மொழி பெயர்ப்பு Translation
5. கடன்பெறல் Borrowing

1. பழஞ்சொற்களைப் பயன்படுத்துதல்

எழுத்து வழக்கிலோ, பேச்சு வழக்கிலோ உள்ள சொற்களைப் பயன்படுத்துதல்.

சங்க இலக்கியங்களில் அடு, அடுதல் என்ற சொற்கள் பயன்பாட்டில் இருந்துள்ளன. Bakery என்னும் சொல்லுக்கு

'அடுமனை' என்ற சொல் பயன்படுத்தப்படுகின்றது. Apartment என்ற சொல்லுக்கு 'அடுக்ககம்' என்ற பழஞ்சொல் பயன்படுத்தப் படுகின்றது.

Medicine	மருந்து
Doctor	மருத்துவர்
Fever	காய்ச்சல்
Machine	பொறி
Vehicle	ஊர்தி
Aerpoplane	வான்வூர்தி

2. சொற்பொருள் விரிவு

சொல்லுக்கான பொருளைச் சிறிது விளக்கிப் புதிய கருத்துப்படிவம் ஒன்றை விளக்கல்.

வேற்றுமை உருபைக் குறித்த 'உருபு' இன்று morph யைக் குறிக்கும் சொல்லாக்கப் பொருள் விரிவு பெற்றுள்ளது.

துறை	Department
மின், மின்சாரம்	Electricity

3. புதுச்சொல் படைப்பு

ஒரு கருத்துப் படிமத்தை விளக்கப் புதுச்சொல் படைக்கிறோம். இயற்றல் (Invention), புனைதல் (Innovation), புதிய கருத்துக்கள் (New concepts) உருவாகவும் புதிய சொற்கள் படைக்கப்படுகின்றன. புதிய சொல் படைக்கப்படும்போது மொழி மரபும் சொல்லாக்க விதிகளும் பின்பற்றப்படவேண்டும். புது சொற்களைப் படைக்கும்போதும் பழஞ்சொற்களுக்குப் புது கருத்து வடிவம் தரும்போதும் மூலமொழிச் சொல்லை அடைப்புக்குறிக்குள் தரல்வேண்டும். புதிய சொற்களைத் தனிச் சொற்களாகவோ, தொகைச் சொற்களாகவோ உருவாக்குதல், முன்னொட்டு, வரையறுத்தல், பின்னொட்டு புதிய விகுதிகளைச் சேர்த்து சொல்லாக்குதல் என்பன புதிய சொற்படைப்பில் குறிப்பிடத் தக்க கூறுகளாகும்.

-அம்

    தனி + மம் > தனிமம்
    தின் + மம் > தின்மம்
    சேர் + மம் > சேர்மம்

-ஆன்

    கணிப்பு + ஆன் > கணிப்பான்
    கரைப்பு + ஆன் > கரைப்பான்

-கை

    செய் + கை > செய்கை
    தடுக் + கை > தடுக்கை

-இயல்

    சமூக + இயல் > சமூகவியல்
    மொழி + இயல் > மொழியியல்
    மானிடம் + இயல் > மானிடவியல்
    உளம் + இயல் > உளவியல்

முன்னொட்டு

தொலைபேசி	Telephone
தொலைஅச்சு	Teleprinter
தொலைக்காட்சி	Television
தொலை வரி	Telegram
தொலைநோக்கி	Telescope
தொலைத்தொடர்பு	Telecommunication
தொலைவரி	Telegraphh

உதவி
    உதவி பொறியாளர்   Assistant Engineer
    உதவி செயலர்   Assistant Secretary

ஈரம்
    ஈரமானி   Hydrometer
    ஈரப்பதனிலை   Hydromatric meter
    ஈரங் காட்டி   Hydroscope

மானி
    ஒளி மானி   Photo meter
    வெப்ப மானி   Thermo meter
    மின் மானி   Electrometer

பகுப்பு
    மின் பகுப்பு   Electrolysis
    நீர்ப் பகுப்பு   Hydrolysis
    ஒளிப் பகுப்பு   Photolyrics

4. மொழி பெயர்ப்பு Translation

கலைச் சொல்லாக்கத்தில் மொழிபெயர்ப்பு தான் பெரும்பங்கு வகிக்கின்றது.

    Telephone   தொலைபேசி
    Television   தொலைக்காட்சி
    University   பல்கலைக்கழகம்
    Photosynthesis   ஒளிச்சேர்க்கை
    Electron   மின்னணு
    Nature   இயற்கை

Nature care	இயற்கை மருத்துவம்
Nectar	தேன்
Navigator	மாலுமி
Octagen	எண்கோணம்

5. கடன் பெறல்

தகுந்த கலைச்சொல் இல்லாத போதும், புதுச்சொல்லைப் படைப்பதில் சிரமம் ஏற்படும்போதும் மொழி பெயர்ப்பு சரியாக அமையாத போதும் பிறமொழிச்சொல்லை அதே கருத்தமைவுடன் கடன் வாங்கிக் கொள்ளாமல் வடமொழிச் சொற்களைத் தமிழில் வழங்குவது குறித்து தற்சமம், தற்பவம் என்ற அடிப்படையில் நன்னூல் விரிவாகப் பேசுகின்றது.

கிரந்த எழுத்துக்களையும் பயன்படுத்திக்கொள்ளலாம்.

ஒரு மொழி மற்றொரு மொழியுடன் தொடர்பு கொள்வது தவிர்க்க இயலாத வரலாற்றுக் கட்டாயமாகும்.

தமிழில் இணையான சொற்கள் கிடைக்காத போது ஆங்கிலச் சொற்களைக் கடன் பெறலாம்.

அதேபோன்று பிறமொழிச் சொற்களையும் கடன் பெறலாம்.

Crystal	கிரிஸ்டல்
Juice	ஜூஸ்
Meter	மீட்டர்
Decibel	டெசிபல்
Ohm	ஓம்
Radar	ராடார்
X ray	எக்ஸ்ரே
Bulb	பல்ப்
Salad	சாலட்

இன்றைக்கு ஊடகங்களிலும், விளம்பரங்களிலும் அதிகமான கடன் பெறப்பட்ட சொற்கள் தான் பயன்படுத்தப்படுகின்றன.

அனைத்துக்கும் ஒரே ∴போன் கால்

பெயிண்டிங், பாலிஷிங், வாட்டர் ப்ரூப்∴பிங்

உயர்தரமான ∴பினிஷ்

ஈஸி கலர் ஹோம்.

கலைச் சொல்லாக்கத்தை மூன்று கால கட்டமாகப் பகுத்துக் காணலாம்.

1.ஒலிபெயர்ப்பு Transliteration

2.மொழிபெயர்ப்பு Translation

3.தரப்படுத்துதல் Standardization

ஒரு மொழியிலிருந்து இன்னொரு மொழிக்கு கலைச் சொற்களை உருவாக்கும் போது உடனடியாக கலைச்சொல்லை உருவாக்கி விட முடியாது

எனவே முதலில் ஒலி பெயர்ப்பு செய்யப்படும். அதற்கிணையாக மொழிபெயர்ப்பும் செய்யப்பட்டது. கலைச் சொல்லாக்க முயற்சி பெருமளவில் பெருகப் பெருகத் தரப் படுத்துதல் மேற்கொள்ளப்பட்டது. கலைச் சொல்லாக்கத்தின் முதன் முயற்சி ஒலிபெயர்ப்பு என்றால் மிகையாகாது.

Oxygen
- ஆக்ஸிஜன்
- ஆக்சிசன்
- ஆக்ஸிசன்

Enzymes
- என்சைம்கள்
- என்ஸைம்கள்

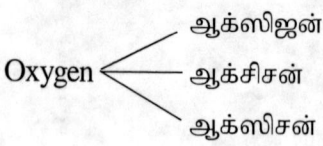

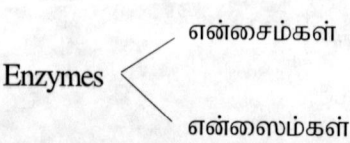

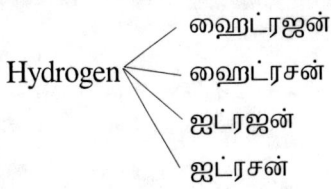

Hydrogen
- ஹைட்ரஜன்
- ஹைட்ரசன்
- ஐட்ரஜன்
- ஐட்ரசன்

ஒலிபெயர்ப்பு செய்யும் பொழுது ஒருங்கமைவு பின்பற்றப்பட வேண்டும்.

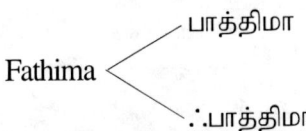

Fathima
- பாத்திமா
- ஃபாத்திமா

மொழிமுதல் வாரா எழுத்துக்கள் கலைச் சொற்களில் மொழி முதலில் இடம் பெறுகின்றன.

டாக்டர், ரப்பர், லட்டு, லாட்டரி, லட்சம்.

மொழியிறுதியில் வாரா எழுத்துக்கள் கலைச்சொற்களில் இடம் பெற்றால் அவற்றையும் ஏற்றுக்கொள்ள வேண்டும்.

புதிய மெய்ம் மயக்கங்கள் கலைச்சொற்களில் வருவதை ஏற்றுக்கொள்ள வேண்டும்.

ஸ்ட்ராஸ், க்ரிப்பர், ஸ்டைல், ஸ்கூட்டர்.

ஒலிபெயர்ப்பு செய்யும் போது அதே போன்ற வடிவமைப்பை உடைய சொற்கள் பெறும் மொழியில் இருக்கலாம். ஆவ்வாறான இடங்களில் குழப்பம் வராமல் பார்த்துக்கொள்ள வேண்டும்.

கால்
- call
- leg

பால்
- Paul
- Fall
- Milk

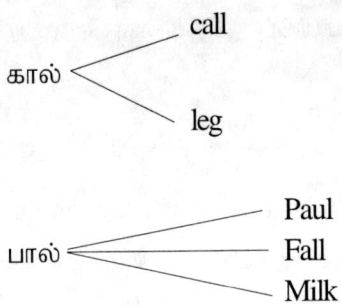

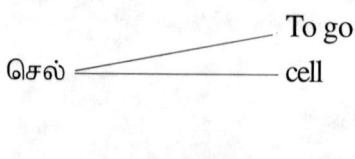

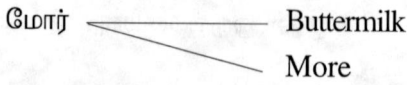

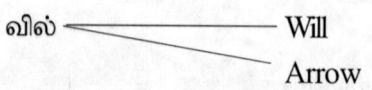

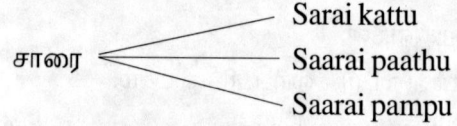

செல்	To go
	cell

மோர்	Buttermilk
	More

வில்	Will
	Arrow

சாரை	Sarai kattu
	Saarai paathu
	Saarai pampu

ஒரே கலைச்சொல் வெவ்வேறு துறைகளில் வெவ்வேறு பொருளைத் தரலாம்.

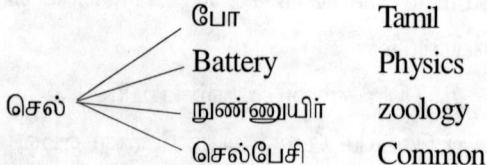

செல்	போ	Tamil
	Battery	Physics
	நுண்ணுயிர்	zoology
	செல்பேசி	Common

ஒலிபெயர்ப்பு செய்யப்பட்ட கலைச்சொற்களை ஆராய்ந்து பார்க்கும்போது அவை வரைமுறையின்றி செயல்படுவதைப் பார்க்கலாம். எனவே ஒலிபெயர்ப்பு விதிகளை வல்லுநர் குழு உருவாக்க வேண்டும்.

மொழிபெயர்ப்பு

மொழிபெயர்ப்பில் ஒலியியல் புலப்பாடு தெளிவாக இருக்க வேண்டும். ஒரு மொழியின் சொற்களுக்கு இணையானதாகவும், பெருமையானதாகவும், சொற்செட்டு உடையதாகவும் இருக்க வேண்டும்.

தரு மொழியில் உள்ளது போலவே கருத்துப் புலப்பாட்டுத் திறன் சிறப்பாக அமைய வேண்டும்.

வாய்ப்பாடு (Formula), சமன்பாடு (Equation), குறியீடு (Symbol), சுருக்கக் குறியீடு (Abbrevation) ஆகியவற்றை அப்படியே பயன்படுத்தலாம்.

H_20, O_2, Ni, CL

$a^2 + b^2 = a + b + ab$

sin, cos, tan, log

Act, Law, statute என்னும் சொற்களுக்கிடையே நுண்ணிய வேறுபாடு உள்ளது. மூன்றையும் ‘சட்டம்’ என்றே மொழி பெயர்த்துள்ளனர்.

Law – சட்டம்

Act – (சட்டமன்றங்களில் ஆக்கப்படுகின்ற காரணத்தால்) ஆக்கச் சட்டம்

Statute – (நிறுவனப் பயன்பாடுகளில் வருவதால்) நிறுவனச் சட்டம்

அதே போன்றே Applied, Practical ஆகிய இரு சொற்களுக்கிடையே நுட்பமான பொருள் வேறுபாடு உள்ளது.

Applied – பயன்பாட்டு (செயல்முறை சார்ந்தது)

Practical – செயல்முறையான

Applied Linguistics – பயன்பாட்டு மொழியியல்

Practical Class – செயல்முறை வகுப்பு

Test – செய்முறைத் தேர்வு

Plan – திட்டம்

Programme – திட்டம், நிகழ்ச்சி நிரல்

Project – திட்டம், ஆய்வுத்திட்டம்

Scheme – திட்டம், ஏற்பாடு, சுழற்சிமுறை

இவை நான்குக்கும் 'திட்டம்' என்றே முதல் மொழி பெயர்ப்பு செய்யப்பட்டுள்ளது. ஆனாலும் இவற்றிற்கிடையே நுண்ணிய பொருள் வேறுபாடு உள்ளது.

கடன் வாங்கும்போது கலப்புச் சொற்களையும் பயன்படுத்தலாம்.

Flour mill	>	மாவுமில்
Chloride method	>	குளோரைடு முறை
Iodised salt	>	அயோடைடு உப்பு
Nuclic acid	>	நியூக்ளிக் அமிலம்
Election microscope	>	எலெக்ட்ரான் நுண்ணோக்கி
Vector limit	>	வெக்டார் அளவு
Vernier scale	>	வெர்னியர் அளவு

தூய தமிழ்ச் சொற்களைக் கொண்டு கலைச்சொல்லாக்கம் செய்தல்

Amplifier circuit	>	பெருக்கிச் சுற்று
Control rods	>	கட்டுப்படுத்தும் சுதி
Carrier waves	>	ஊர்தி அலைகள்
Oscillator	>	அலையியற்றி
Modulation	>	அலைபண்பேற்றம்

மொழிபெயர்ப்பு ஒருமைப்பாடிண்மை

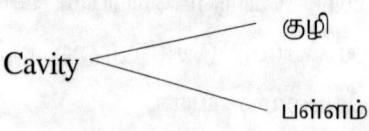

Cavity
- குழி
- பள்ளம்

Buccal Cavity	–	வாய்க்குழி
Nasal Cavity	–	நாசிப் பள்ளம்

Tube
- குழாய்
- குழல்
- பகுதி

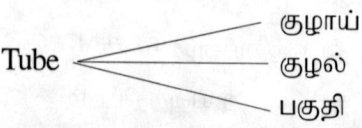

Proximal convoluted tube	–	அண்மை சுருண்ட பகுதி
Distal convoluted tube	–	சேய்மை சுருண்ட குழல்
Tube	–	குழாய்
Tube light	–	குழல் விளக்கு
Tube well	–	குழாய்க்கிணறு

தரப்படுத்தல்

கலைச்சொல்லாக்கத்தில் கருத்தமைவுக்கு (concept) தான் முக்கியத்துவம் தரப்பட வேண்டும். ஒரு கருத்தமைவைக் குறிக்க பல கலைச்சொற்கள் எழும்போது வல்லுநர்களின் உதவியுடன் பொருத்தமான சொல்லை வரையறுப்பதைத் தரப்படுத்துதல் என்பர். காலப்போக்கில் மரபுக்கும் பொருளுக்கும் ஏற்றன நிற்கும். ஏற்காதன மறையும்.

ஆக்ஸிஜன், பிராண வாயு, உயிர்வளி,
மவுஸ், சுட்டொலி, சுட்டி
இரயில், புகைவண்டி, தொடர்வண்டி
கம்பியூட்டர், கணிப்பொறி, கணிப்பான்
கணிப்பு, கணனி, கணினி

Computer என்ற சொல்லை முதன் முதலில் அப்படியே ஒலிபெயர்ப்பு செய்து கம்யூட்டர் என்றனர். அதற்கு இணையான தமிழ்ச்சொல்லை உருவாக்கும் முனைப்போடு அதன் பயன்பாட்டு அடிப்படையில் 'கணிப்பான்' என்றனர்.

கணித்தல் என்னும் வேலை செய்கின்ற Calculator என்ற கருவிக்கும் இந்த சொல் (கணிப்பான்) பொருந்தும்.

எனவே வேறு சொல் உருவாக்கும் முயற்சியில் கணியன் பூங்குன்றனின் பெயரை அடிப்படையாக வைத்து 'கணியன்' என்றனர்.

பின்னர் கருவியையும் அது செய்கின்ற வேலையையும் குறிப்பிடுகின்ற வகையில் கணிப்பொறி என்றும் கணினி என்றும் அழைத்தனர்.

கலைச்சொல்லாக்கத்தில் பொருத்தமான பொருள் மயக்கமில்லாத சொற்களைப் பயன்படுத்த வேண்டும்.

ஈஜுன் ஊஸ்டர் (Eugene Wuster) கலைச்சொற்களைத் தரப்படுத்த சில கோட்பாடுகளை நெறிமுறைகளை உருவாக்கியுள்ளார். அவை

1. பொருத்தமுடைமை / திறனுடைமை
   (Appropriateness / efficiency)
2. ஏற்புடைமை (Adaptability)
3. சொற்செட்டு / எளிமை (Economy / Simplicity)
4. ஒருமைப்பாடு (Uniformity)
5. பல்துறை நோக்கு (Interdisciplinary Approach)
6. மொழித் தூய்மை (Language purity)

பொருத்தமுடைமை

ஒரு கருத்தமைவுக்கு பல கலைச்சொற்கள் இருக்கலாம். அவற்றில் சரியான ஒன்றைத் தேர்ந்தெடுத்தல்,

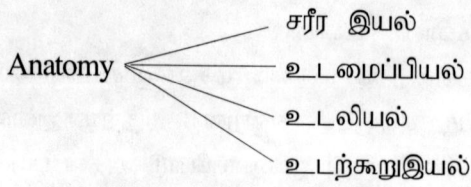

Anatomy
- சரீர இயல்
- உடமைப்பியல்
- உடலியல்
- உடற்கூறுஇயல்

இக்கலைச்சொற்களில் உடல் கூறு இயலைத் தரப்படுத்தலாம்.

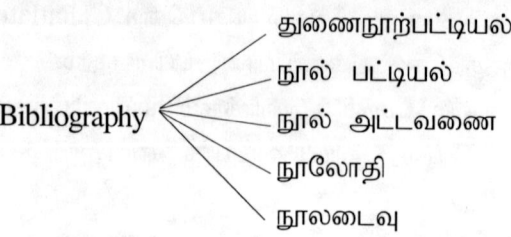

Bibliography
- துணைநூற்பட்டியல்
- நூல் பட்டியல்
- நூல் அட்டவணை
- நூலோதி
- நூலடைவு

இவற்றில் நூலடைவு என்பது பொருத்தமானதாகக் கருதித் தரப்படுத்தலாம்.

ஏற்புடைமை

பல கலைச்சொற்கள் இருந்தால் அவற்றில் பெருவழக்கினதாகக் கருதப்படுபவற்றை ஏற்றுக்கொள்ளலாம்.

Joint action	- கூட்டுநடவடிக்கை
Joint Statement	- கூட்டுஅறிக்கை
Joint account	- கூட்டுக்கணக்கு
Joint Secretary	- இணைச்செயலர்
Joint Director	- இணைஇயக்குநர்

இவற்றில் கூட்டு என்பது பெரும் வழக்காக உள்ளதால் அதை ஏற்றுக்கொள்ளலாம்.

சொற்செட்டு, எளிமை

சொற்கள் உச்சரிக்க எளிமையானவையாகவும், கேட்பதற்கு இனிய ஓசையுடையனவாகவும் இருத்தல் வேண்டும்.

மின்சார வாரியம்	- மின்வாரியம்
மின்சாரத் தடை	- மின்தடை
அஞ்சல் நிலையம்	- அஞ்சலகம்
நூல் நிலையம்	- நூலகம்

ஒருமைப்பாடு

கலைச்சொற்களைத் தரப்படுத்தும் போது ஒருமைப்பாடு இருக்குமாறு கவனித்துக் கொள்ளல் வேண்டும்.

Antibiotic	- உயிர்பகை நோய், உயிர்முறி
Antibody	- முரணுடலி, முரண் உடலி
Anti Malaria	- மலேரியா எதிர்ப்பு
Anti Hindi	- இந்தி எதிர்ப்பு

இவற்றில் **Anti** என்னும் முன்னொட்டுக்கு நோய் சம்பந்தப்பட்ட வற்றில் ஒழிப்பு என்றும், ஏனையவற்றுக்கு எதிர்ப்பு என்றும் தரப்படுத்தலாம்.

பல்துறை நோக்கு

துறைகளுக்கு ஏற்ப கலைச்சொல்லாக்கமும் மாறுவதுண்டு.

Sub soil - அடிமண் (பொறியியல்)

Sub Collector - துணைஆட்சியர் (நிர்வாகம்)

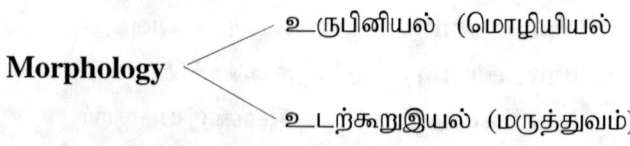

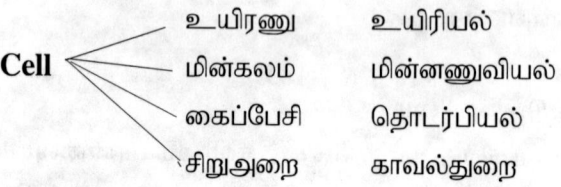

Morphology
- உருபினியல் (மொழியியல்
- உடற்கூறுஇயல் (மருத்துவம்)

Cell

உயிரணு	உயிரியல்
மின்கலம்	மின்னணுவியல்
கைப்பேசி	தொடர்பியல்
சிறுஅறை	காவல்துறை

மொழித்தூய்மை

சமஸ்கிருதம், ஆங்கிலச்சொற்களை நீக்கிவிட்டு தமிழ்ச் சொற்களை இடம்பெறச் செய்யலாம்.

பௌதீகம்	-	இயற்பியல்
இராசாயனம்	-	வேதியியல்
பிராணவாயு	-	உயிர்வளி
சர்வகலாச்சாலை	-	பல்கலைக்கழகம்
சபா	-	கூட்டம்
கவர்னர்	-	ஆளுநர்
கலெக்டர்	-	ஆட்சியர்
ஏஜெண்ட்	-	முகவர்
டிரான்ஸ்போர்ட்	-	போக்குவரத்து
டைரக்டர்	-	இயக்குநர்

வாட்ச்மேன் - காவலாளி

செகரட்டரி - செயலர்

மீட்டிங் - கூட்டம்

மேலே கூறப்பட்ட கோட்பாடுகளின் அடிப்படையில் ஆட்சிச்சொல் அகராதியை கூர் ஆய்வு செய்தபோது, ஆங்காங்கே சில திருத்தங்கள் தேவைப்படுவது தெரிகின்றது. குறை கூறுவது நோக்கமல்ல. செம்மை படுத்தப்படவேண்டும் என்பதே முதன்மை நோக்கமாகும்.

Academizian - கலைக்கழக உறுப்பினர் (கல்வியாளர்)

Acceptance Certificate - ஏற்றுக்கொண்டமைக்கான சான்றிதழ் (ஏற்புச்சான்றிதழ்)

Enrolement - பட்டியலில் சேர்க்கப்படுதல் (சேர்க்கை)

Faculty - பல்கலைக்கழக கலையியல் (அ) அறிவியல் பிரிவு, பல்கலைக்கழக (அ) கல்லூரித் தொழில் முறைப் பணியாளர் தொகுதி

Hydrent - பெருங்குழாயிலிருந்து நீர் பெறுவதற்கான அமைப்பு (குறுங்குழல் குழாய்)

ஒருசொல் வெவ்வேறு பொருண்மைகளைத் தருகின்றது. சான்றாக,

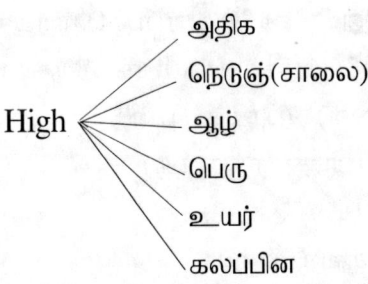

High
- அதிக
- நெடுஞ்(சாலை)
- ஆழ்
- பெரு
- உயர்
- கலப்பின

இவ்வாறான பொருண்மைகள் High என்ற சொல்லுக்குத் தரப்பட்டுள்ளது.

தற்போது பயன்பாட்டில் இல்லாத சொற்கள் அகராதியில் பயன்படுத்தப்பட்டுள்ளன.

Insurance - ஈட்டுறுதி (ஆயுள் காப்பீடு)
Letter pad - பெயர் விவரத்தாள் கற்றை (குறிப்பேடு, கையேடு)
Gynocologist - பெண்மைப் பிணியியல் மருத்துவர் (மகப்பேறு மருத்துவர்)
Dress - உடை, உடுப்பு (ஆடை)
Non - Gazatted officer - அரசிதழ்ப் பதிவு அலுவலர் (அரசு அங்கீரமற்ற அலுவலர்)

மக்கள் எளிமையாகப் புரிந்துகொள்ளவேண்டும் என்னும் நோக்கில் தொகுக்கப்பட்ட ஆட்சிச்சொல் அகராதியில் வழக்கில் இல்லாத அல்லது அதிகம் பயன்படுத்தப்படாத சொற்கள் சிலவும் கொடுக்கப்பட்டுள்ளன.

Almerah - நிலைப்பேழை, நிலை அடுக்கு
Rail - இருப்பூர்தி (தொடர்வண்டி)

இங்கு கொடுக்கப்பட்டுள்ள நிலைப்பேழை, நிலைஅடுக்கு, இருப்பூர்தி என்னும் சொற்கள் வழக்கில் இல்லை. இவற்றுக்குப் பதிலாக Acre என்பது ஏக்கர் என்று ஒலிபெயர்ப்பு செய்யப்பட்டு கொடுக்கப்பட்டுள்ளது. அதைபோன்று மக்கள் பயன்படுத்தும் அலமாரி, இரயில் என்னும் ஒலிபெயர்ப்புச்சொற்களையே கொடுத்திருந்தால் பயன்பாட்டுக்கு எளிமையாக இருக்கும்.

Aborigins - தொன்முதுவர் (பழங்குடியினர்)
Mechanic - கம்மியர் (பழுது நீக்குபவர்)
Maximum - பெருமம் (உயர்அளவு)
Minimum - சிறுமம் (குறைஅளவு)
Matron - மூதாய் (விடுதி காப்பாளர்)

Collection - தண்டல் (தொகுதி)
Wagon - சரக்கு இருப்பூர்திப் பெட்டி (சரக்குப்பெட்டி)

சில சொற்களுக்கு தவறான பொருள் கொடுக்கப்பட்டுள்ளதையும் காணமுடிகின்றது.

Appartment - தனிஅறை (தொகுப்பு வீடு)
Audience Champer - பேட்டி அறை (பார்வையாளர் அறை)
Transliteration - எழுத்துப்பெயர்ப்பு, வரிபெயர்ப்பு
 (ஒலிபெயர்ப்பு)
Communication - செய்தி அறிவிப்பு போக்குவரத்து கடிதம்
 (தகவல் தொடர்பு)
Records - பதிவுருக்கள் (பதிவேடுகள்)

முடிவுரை

இக்கோட்பாடுகளின் அடிப்படையில் அனைவரும் ஏற்றுக் கொள்ளும் வகையில் கலைச்சொற்களை உருவாக்க வேண்டும். கலைச்சொல் உருவாக்கம் காலத்தின் கட்டாயம். எனவே இன்றைய உலக மயமாக்கல் சூழலில் அன்றாடம் கடன் வாங்க பெறும் சொற்களுக்கு புது கலைச்சொற்களை உருவாக்குதல் இன்றிமை யாதது. அம்மொழியின் சொற்களஞ்சியமும் விரிவடையும்.

பாரதிதாசனின் கவிதைகளில் மொழிபெயர்ப்பு

தமிழில் மொழி பெயர்ப்புச் சிந்தனை தொல்காப்பியர் காலத்திலேயே பிறந்திருக்கிறது எனினும் மொழி பெயர்ப்புச் செய்யப்பட்ட நூல்கள் சிலவே. மொழி பெயர்ப்பு மனித இனத்திற்கு இன்றியமையாதது, கடந்த காலத்தையும், நிகழ் காலத்தையும் மட்டும் அது இணைக்கவில்லை. பல்வேறு பண்பாடுகள் கொண்ட மனிதர்களையும், நாடுகளையும், காலங்களையும் இணைத்து வைக்கின்ற ஒரு நீண்டகாலப் பாதை என ஜீன் சாரிக்யு கூறுவதாக வளர்மதி (1999:8) குறிப்பிடுகிறார்.

ஒரு சமுதாயத்தைப் பற்றி, மொழியைப் பற்றி, பண்பாடு பற்றி அறிந்து கொள்ள அம்மொழி இலக்கியங்கள் உதவுகின்றன. அத்தகு இலக்கியங்கள் பல்வேறு மொழிகளில் மொழி பெயர்க்க வேண்டும், ஆங்கிலத்திலிருந்து தமிழுக்கும், பிற மொழிகளிலிருந்து ஆங்கில வழியாக தமிழுக்கும் மொழி பெயர்ப்புகள் வந்த போதும், தமிழ் இலக்கியங்களில் மொழி பெயர்ப்புகள் அரிதாகவே காணப்படுகின்றன. சங்க இலக்கியங்களின் மொழி பெயர்ப்புக் கூட முழுமை அடையவில்லை. இந்நிலையில் பாரதிதாசனின் குறிப்பிட்ட சில கவிதைகளை ஆங்கிலத்தில் மொழிபெயர்க்கும் முயற்சியினை பாரதிதாசன் பல்கலைக்கழகமும், புதுச்சேரியிலுள்ள புதுவை மொழியியல் பண்பாட்டு நிறுவனமும் மேற்கொண்டு புத்தகங்களை வெளியிட்டுள்ளன. இவற்றுள் புதுவை மொழியியல் பண்பாட்டு நிறுவனம் மொழிப் பெயர்ப்பு செய்த கவிதைகளின் மொழிபெயர்ப்பை மதிப்பீடு செய்யும் விதமாக இக்கட்டுரை அமைந்துள்ளது.

இங்கு "நானோர் பாவேந்தன்" என்னும் தலைப்பில் அமைந்துள்ள ஒரு பாடல் மட்டுமே இடமும், காலமும் கருதி மதிப்பீட்டிற்கு எடுத்துக் கொள்ளப்பட்டது.

பாவேந்தன் என்னும் சொல் 'prince of poets' என்றத் தொடராக மொழி பெயர்ப்பு செய்யப்பட்டுள்ளது. பாரதிதாசன் தன்னை ஒரு அரசனாக மதிப்பீடு செய்து கொள்வதை 'இளவரசர்' என மொழி பெயர்த்துள்ளது ஆசிரியரின் தன் மதிப்பீட்டை குறைப்பது போன்று அமைந்துள்ளது. இத்தலைப்பினை "I am a king of Poets" என்றோ "I am the king of verses" என்றோ மொழி பெயர்த்திருந்தால் மூல மொழித் தலைப்பான நானோர் பாவேந்தன் என்னும் சொற்றொடர் தரும் தன் முனைப்பு உணர்வு குறையாமல் இருந்திருக்கும்.

இப்பாடலில் வரும் பெயர்ச் சொற்கள் அனைத்தும் ஒலி பெயர்ப்பு செய்யப்பட்டுள்ளன.

திருப்புளி சாமி ஐயா	- Thirupuli Swamy Aiyya
பங்காரு பத்தர்	- Bangaru patthar
பெரியசாமி பிள்ளை	- Periyaswamy Pillai
நிரவி	- Niravi
காரைக்கால்	- Karaikal
மாடசாமி	- Madaswamy
பாரதி	- Bharathi
அரவிந்தர்	- Sri Aurobindo
திலகர்	- Lokamany Tilak
இராம நாதன்	- Ramanathan

மொழி முதலில் நெடில் வரும் பொழுது கா- Ka என்றும் 'மா-Ma' என்றும் பா-Bha என்றும் ஒலி பெயர்ப்பு செய்யப்பட்டுள்ளது. மொழி முதலில் குறில் வரும் பொழுது 'ப-Ba' என்றும் நி-Ni' என்றும் ஒலி பெயர்ப்பு செய்யப்பட்டுள்ளது. சீர்மையான ஒலி பெயர்ப்பை கையாண்டிருக்கலாம்.

ஆங்கிலத்திலும் பெயரடைகள் பெயருக்கு முன்தான் வரும். இப்பாடலில் வரும் "செந்தமிழ் இருப்பே பங்காரு பத்தர் என்னும் தொடர்" Bangaru patthar, Tamil savant Renowed" என்றும் புலவர்களுக்குப் புலமை ஈந்து நிலவு பெரும்புகழ்ப் பெரியசாமிப் பிள்ளை என்னும் தொடர் Periyasamy pillai, reputed teacher of Teacher என்றும் மொழி பெயர்க்கப்பட்டுள்ளன. அழகுணர்ச்சிக்காக இவ்வாறு வரிசை மாற்றி அமைக்கலாம் என்று வாதிடலாம். ஆனால் இங்குள்ள வரிசை மாற்றம் பாடலுக்கு எவ்வித அழகுணர்ச்சியையும் கொடுக்கவில்லை மாறாக வாசிப்புத் தன்மையைக் (Readability) குறைப்பதாகவே அமைந்துள்ளது.

தமிழும் ஆங்கிலமும் வெவ்வேறு மொழிக் குடும்பத்தைச் சேர்ந்த மொழிகள். எனவே அவற்றின் கட்டமைப்பிலும் வேறுபாடுகள் உண்டு. தமிழ் மொழியில் வாக்கிய அமைப்பு எழுவாய் + பயனிலை + செயப்படுபொருள் (SOV) என்று அமைந்திருக்கும். ஆங்கில மொழியில் எழுவாய் + பயனிலை + செயப்படுபொருள் + பயனிலை (SVO) என அமைந்து இருக்கும். பொதுவாக வினையில் முடியும் மொழிகளில் சொற்கள் மாறி வருவதற்கான வாய்ப்பு அதிகம். எனவே தமிழ் மொழி வாக்கிய அமைப்பு (word order free language) என அழைக்கப்படுகின்றது. ஆனால் பயனிலையில் முடியும் மொழிகளில் அவ்வாறு சொற்கள் மாறி வரும் வாய்ப்பு மிகக் குறைவே. எனவே ஆங்கிலம் போன்ற மொழிகள் (word order rigid languages) வாக்கிய அமைப்பு நெகிழ்த்தன்மையற்றது. என்று அழைக்கப்படுகின்றன. தமிழ் மொழியிலிருந்து ஆங்கில மொழிக்கு மொழி பெயர்க்கும் போது இதை கவனத்தில் கொள்ள வேண்டும்.

இளைஞர்க்குத் தமிழ்நலம் தந்து ஆசிரியர்
ஆக்குமோர் தொண்டு.......

என்னும் வரிகள்

Spent was my service in offering the Young
The wealth of Tamil
To enable then Tamil teachers become

என மொழி பெயர்க்கப்பட்டுள்ளது.

முதல் தொடர் வினையில் ஆரம்பிக்கப்பட்டுள்ளது. மூன்றாவது தொடர் 'To' இல் ஆரம்பிக்கப்பட்டுள்ளது. இத்தகைய வாக்கிய அமைப்புகள் ஆங்கிலத்தில் அமைவது இல்லை. இதை பாடல் அமைப்பு (Poetic licence) என்று கொண்டாலும் பொருள் கொள்வதிலும், வாசிப்பு ஓட்டத்திலும் தடை உள்ளது. எனவே ஆங்கிலமொழியின் கட்டமைப்புக்கு ஏற்ப வாக்கியங்களை அமைத்து மொழி பெயர்ப்பு செய்தால் மூல மொழியின் கவிதை நயத்தை மொழி பெயர்ப்பிலும் காணலாம். இதைப் போன்ற பல வாக்கியங்கள் இப்பாடலில் மொழி பெயர்க்கப்பட்டுள்ளன.

In service, fierce opposition I had ever to face
(I had ever to face fierce opposition in my service)
Years seven and thirty I served
(I served seven and thirty Years)
Heart and soul, devoted and determined I was,
The cause of Tamil to serve
   (I was determined and devoted my heart and soul to
   serve Tamil)
In serving the people's welfare and weal,
Never, afraid was I
(I was never afraid in serving the people's welfare and weal).

சில தொடர்கள் வெறும் சொற்களைக் கோர்த்தார் போன்று அமைந்துள்ளன.

> Ever if many dogs at me did bark from all diections
> A concourse large met to present me
> Well do know a poet I am

இந்த வாக்கியங்களை வாசிக்கும் போது முழுமையானப் பொருண்மையைப் பெற இயலவில்லை. வாசிப்பு ஓட்டம் இல்லை. ஏதோ சொற்களை ஒன்றன்பின் ஒன்றாக கோர்த்ததைப் போன்றே அமைந்துள்ளது.

சில சொற்களும், தொடர்களும் கூட பொருள் மயக்கம் தரும் வகையில் மொழி பெயர்ப்பு செய்யப்பட்டுள்ளன.

முப்பத்தேழாண்டு - Years seven and thirty (thirty seven Years)

கல்வித் துறை செயலாளர் பொய் இலாராகிய 'சையார்' - the education secetary an honest French man called caillard

இங்கு French man என்னும் நிகரனுக்கான மூலமொழிச் சொல் எதுவும் கவிதையில் இல்லை. இல்லாத ஒன்று இடைச் செருகலாகக் கொடுக்கப்பட்டுள்ளது.

கடல் - Officialdom என்று மொழி பெயர்க்கப்பட்டுள்ளது. இதுவும் சரியான நிகரன் அல்ல.

வெண்பா – Poems of many kinds
வண்ணம் - Melodies
வாய் - Lips

இந்த மூன்று சொற்களுக்கும் இணையான நிகரன்களைப் பயன்படுத்தவில்லை. வெண்பா, வண்ணம் என்பவை தமிழ் மரபிலக்கணங்கள் கூறும் பா வகையும், பா எழுதும் முறையும் ஆகும். எனவே அவற்றை மொழி பெயர்க்க இயலவில்லை.

வாய் என்ற சொல்லுக்கு சரியான நிகரன் 'Mouth' என்பதாகும். ஆனால் இங்கு உதடுகள் என்னும் பொருள் படும் படி மொழி பெயர்க்கப்பட்டுள்ளது.

வன்முறையுடையரால் வருந்துவார்க்கு உதவியாய்ப்

பன்முறை புதுவையில் செத்துப் பிழைத்தேன்

Privations many I had suffered in Pondicherry

செத்துப் பிழைத்தேன் என்னும் தொடர், இடர்பாடுகள், வறுமை என்னும் பொருள் தரும் Privations many I had suffered என்னும் தொடரால் குறிப்பிடப்பட்டுள்ளது. மூலமொழியிலுள்ள உணர்வினை இஃது கொண்டு வரவில்லை. வாக்கிய அமைப்பும் சரிவர அமையவில்லை.

கவிஞரும் காதலும்- Love and the poet

தமிழில் வரும் um என்னும் இணைப்பு உருபனுக்கு இணையான உருபன் இல்லாத காரணத்தால் 'and' என்னும் இணைப்பில் இணைக்கப்பட்டுள்ளது. கவிஞரும் காதலும் என்னும் தொடரில் உள்ள நிகரன்களின் வரிசை மாற்றப்பட்டு காதலும் கவிஞரும் என்னும் பொருள் பட Love and the poet என்று மொழி பெயர்க்கப்பட்டுள்ளது. முக்கியத்துவம் கவிஞருக்கா? காதலுக்கா? என்பது தீர்மானிக்கப்பட வேண்டியதாகின்றது.

மொழி பெயர்ப்பவன் தன் விருப்பம் போல் எதையும் ஏற்றி, மாற்றிச் சொல்லக் கூடாது. மொழி பெயர்ப்பு என்றும், எப்போதும் மூலத்துக்கு மாற்று அல்ல எனினும் மொழி பெயர்ப்பை, மூலப் படைப்புக்கு மிக அருகில் மொழி பெயர்ப்பாளன் கொண்டு

செல்ல வேண்டும். மொழி பெயர்ப்பாளன் செம்மையாகவும், மூல மொழிக்கு விசுவாசமாயும் மொழி பெயர்ப்பினைச் செய்ய வேண்டும். மூலமொழியில் கவிதையினை வாசிப்பதைப் போன்ற ஓர் உணர்வினை மொழி பெயர்ப்புக் கவிதையும் தரும் வகையில் மொழி பெயர்க்க வேண்டும். மேலே குறிப்பிட்ட பாடல் கவிதை நடையில் இல்லை. வசன நடையில் சொற்களின் கோர்வையாக (String of words) பொருண்மை தெளிவின்றி காணப்படுவதால் மூலமொழி கவிதையின் உயிர்ப்பினை மொழி பெயர்ப்பில் காண இயலவில்லை.

நீதி இலக்கியங்களை மொழிபெயர்க்க இயலாமை

இலக்கியம் காலந்தோறும் மாறிக்கொண்டே வருகின்றது. சங்க இலக்கியங்களுக்குப் பின் தோன்றியது நீதி இலக்கியங்கள். சமுதாயத்தோடு ஒன்றி வளர்ந்த சமூக அமைப்பில் மாற்றத்தை ஏற்படுத்தியவை நீதி இலக்கியங்களே. மக்கள் கடைபிடிக்க வேண்டியவை எவை, விட்டொழிக்க வேண்டியவை எவை என்பதை, படிப்பவர்களை நல்வழிப்படுத்தும் வகையில் பல அரிய செய்திகளை கூறுபவை நீதி இலக்கியங்களே, அவற்றைப் பயில் தொறும் பல்வேறு நல் எண்ணங்களையும், வழிகளையும் காட்டுபவனாக நீதி இலக்கியங்கள் திகழ்கின்றன. அவ்வகையில் முதன்மையாகத் திகழ்பவை திருக்குறளும் நாலடியாரும் ஆகும்.

ஆலும் வேலும் பல்லுக்குறுதி
நாலும் இரண்டும் சொல்லுக்குறுதி

என்னும் பழந்தொடர் நாலடியாரையும் திருக்குறளையும் குறிப்பதோடு அவற்றின் பெருமைகளையும் பறைசாற்றுபவனாக விளங்குகின்றன. கருத்துக்களை நாசுக்காகவும் நயம்படவும் எடுத்துரைப்பதில் இரு நூல்களும் சிறந்து விளங்குகின்றன. சொற்பலன்கள், ஒலிக்குறிப்புச் சொற்கள், இரட்டைக் கிளவி, அடுக்குத்தொடர், முன்னிலைப்படுத்தும் உத்தி, சொல் மடக்கு, எதுகை, மோனை, முரண், இயைபு, உவமை, உருவகம் என அனைத்து நிலைகளிலும் நீதி இலக்கியங்கள் முன்னிலை பெறுகின்றன. அற நூல்களுள் தலையானவை திருக்குறளும் நாலடியாரும் ஆகும்.

நாலும் இரண்டும் கற்றவர்களிடத்தில்
வாயடி கையடி செல்லாது

என்ற பழமொழியும் இவ் அற இலக்கியங்களின் பெருமையினைச் சாற்றுவதாக அமைந்துள்ளது.

குறள் வெண்பாக்களால் ஆகிய நூலினைக் குறள் என்று வழங்குவது போன்று நான்கு அடிகளைக் கொண்ட வெண்பாக்களால் ஆகிய நூல் நாலடியார் எனப் பெயர் பெற்றது. நானூறு வெண்பாக்கள் இதில் அடங்கியுள்ளதால் இது 'நாலடி நானூறு' என்றும் அழைக்கப்படுகின்றது.

பண்பாட்டு உருவகத்திற்கான படைப்புகளாகத் திகழும் திருக்குறளும், நாலடியாரும் பல மொழிகளில் பலரால் மொழிபெயர்க்கப்பட்டுள்ளன. உலகில் பைபிளுக்கு அடுத்தபடியாக மிக அதிகமான மொழிகளில் மொழிபெயர்க்கப்பட்ட அறநூல் திருக்குறள். அத்தனை மொழிகளில் மொழிபெயர்க்கப்படவிட்டாலும் கூட பலர் நாலடியாரை ஆங்கிலத்தில் மொழிபெயர்த்துள்ளார் ஜி.யு.போப், எப்.டபிள்யூ, எல்லிஸ், தினவர்த்தமணி, பெயர் அறியப்படாத ஒருவர் (கலாரத்தின கரண் பிரஸ்ஸால் வெளியிடப் பட்ட மொழிபெயர்ப்பு), அனவரதவிநாயகம் பிள்ளை, திரு.ராம தேசிகன் ஆகியோர் நாலடியாரை ஆங்கிலத்தில் மொழி பெயர்த்துள்ளனர். மேலே குறிப்பிட்ட அனைவருமே நாலடி வெண்பாவாக அமைந்த வெண்பாவை உரைநடையிலேயே மொழி பெயர்த்துள்ளனர். செய்யுளை செய்யுளாக மொழிபெயர்க்கும் முயற்சியை மேற்குறிப்பிட்ட ஒருவரும் மேற்கொள்ளவில்லை.

கவிதையை உரைநடையாக மொழிபெயர்ப்பதனால் மூலத்தின் உணர்ச்சி, தொடர்ப்புத் திறன், பொருண்மை ஆகியன குறைந்து விடுவதுண்டு. சேவரியின் கூற்றுபடி கவிதையை உரைநடையில் மொழிபெயர்க்கும் போது கவிதையின் இசையை இழந்துவிடுகிறோம். ஆதன் வண்ணங்களும் மறைந்துவிடுகின்றன. அதனால் வெறும் கறுப்பு வெள்ளையில் தான் மொழிபெயர்ப்பைக் காண்கிறோம்.

கவிதையை கவிதையாக மொழிபெயர்க்க வேண்டும் என்ற கருத்தை வலியுறுத்தும் திறனாய்வாளர்கள் கவிதையென்னும் அதன் வடிவத்தேர்வுக்கு முக்கியத்துவம் அளிக்கின்றனர். இதனை மகாராஜனின் பின்வரும் கூற்றினால் அறியலாம்.

"ஒரு பாரசிகத்து ரோஜாப்பூவை அம்மிக்குழவியில் வைத்துத் துவையலாக அரைத்துவிட்டால் அதன் சுவை மாறாமலிருந்தாலும் அதற்கு மிக முக்கியமாக இருந்த வடிவம் அழிந்து விடுகின்றது"

என்னும் செ.ராஜேஸ்வரி (1999: 337) யின் கூற்று நாலடியாரின் உரைநடை மொழிபெயர்ப்புக்கும் பொருந்தும்.

உரைநடையிலிருந்து கவிதையைப் பிரித்துக்காட்ட உதவும் சில சிக்கல்களும் மேம்பாடுகளும் மொழிபெயர்க்க இயலாதன என்று கூறும் தியோடர் சேவரியும் "கவிதையைக் கவிதையாக மொழிபெயர்ப்பது தான் மூலத்துடன் மிகுந்த தொடர்பு உடையதாகும்" என்கிறார். உரைநடையில் மொழிபெயர்ப்பதினால் ஏற்படும் சிக்கலையும் தெளிவாக்குகிறார். "உரைநடையில் மொழிபெயர்ப்பதினால் மூலநூலைப் போன்று உணர்ச்சியைக் கிளறும் ஆற்றலை மொழிபெயர்ப்பு இழந்து விடுகிறது. (செ.ராஜேஸ்வரி, 1999: 338).

தருமொழியும், பெறுமொழியும் இருவேறு மொழிக் குடும்பத்தை சேர்ந்தவையாக அமையும் பொழுது இரு மொழிகளின் கட்டமைப்பும், பண்பாட்டுச் சூழலும் வெவ்வேறாக அமைகின்றன. செய்யுளை உரைநடையாக மொழிபெயர்க்கும் போது நடையின் கூறுகளும் மொழிபெயர்க்க இயலாமல் போகின்றன.

எஸ். அனவரத விநாயகம் பிள்ளை அவர்களால் உரைநடையாக மொழிபெயர்க்கப்பட்டு, உலகத் தமிழாராய்ச்சி நிறுவனத்தால் 2000 ஆம் ஆண்டு வெளியிடப்பட்டுள்ள நாலடியார் என்னும் நூல் இக்கட்டுரையின் முதன்மைத்தரவாக அமைந்துள்ளது.

'நாலடியார்' என்னும் தலைப்பை மொழிபெயர்ப்பதிலேயே முதல் சிக்கல் ஆரம்பித்துவிடுகின்றது. இத்தலைப்பு மொழி பெயர்க்கப்படாமல் ஒலிபெயர்க்கப்பட்டு 'The NALADIYAR' என்று தரப்பட்டுள்ளது.

'ஆ' வின் நீச்சியைக் குறிக்க A வின் மேல் ^ என்னும் குறியீடு இடப்பட்டுள்ளது. இங்கு நான்கு அடிகளால் ஆன செய்யுளைக் கொண்ட நூல் நாலடியார் எனக் காரணப் பெயர் ஆக அமைந்ததால் தலைப்பு மொழிபெயர்க்கப்படாமல் ஒலி பெயர்க்கப்பட்டுள்ளது.

நாலடியாரில் உள்ள அனைத்து செய்யுள்களும் மரபுவழி யாப்பான வெண்பாவால் ஆக்கப்பட்டவை. அவற்றை உரைநடையாக மொழிபெயர்க்கும் போது வெண்பாவிற்கான கூறுகளை மொழிபெயர்ப்பில் கொண்டு வர இயலவில்லை.

நின்றன நின்றன நில்லா என உணர்ந்
தொன்றின ஒன்றின வல்லே செயின் செய்க
சென்ற சென்றன வாழ்நாள் செறுத்துடன்
வந்தது வந்தது கூற்று (நாலடி – 4)

**Fools give themselves up the enjoyments
of a single day, regardless of the
repeated miseries they have endured.
The truly wise knowing that domestic
Enjoyments are transitory and the evils
Arising there form great. Renounce
The pursuits of secular life.**

தினவர்த்தமணியின் இவ் ஆங்கில மொழிபெயர்ப்பை மூலமொழி செய்யுளின் பொருண்மையுடன் எவ்விதத்திலும் பொருந்திப்பார்க்க இயலவில்லை.

the things of which you said, they stand, they stand
stand not; mark this, and perform
what befits, Yea! What befits,
with all your power!
Your days are gone, are gone! And death
Close pressing is come, is come.

ஜி.யு. போப்பின் இம்மொழிபெயர்ப்பில் மூலமொழியில் காணப்படும் செய்யுளின் நடையியல் கூறுகள் எவையும் மொழி பெயர்ப்பில் கொண்டு வரப்படவில்லை எனினும் பொருண்மை அளவில் மூலமொழிச் செய்யுளுடன் ஒத்துப் போகின்றது.

Know that those are uncertain
Which thou regardest as certain
and perform quickly every act
of charity within thy power.
For the days of life are! Are gone.
And even now swiftly approacheth
Approacheth!

F.W. எல்லிஸ்-இன் மொழிபெயர்ப்பு பொருண்மையை ஓரளவு வெளிப்படுத்தினாலும் தரும் மொழியின் உணர்வினை வெளிப்படுத்துவதாக இல்லை.

Your days are gone! are gone!
Death close pressing on is come! is come!
Understand that the things or which you say
They stand, they stand! Stand not, and
Do at once what befits, yea what befits if you will

எஸ். அனவரதவிநாயகம் பிள்ளை மூலமொழிச் செய்யுளின் அடிகளைப் பொருள் கொள்வதற்கு ஏற்ற வகையில் மாற்றி அமைத்துள்ளார்.

தமிழ் செய்யுளில் காணப்படும் எதுகை, மோனை, முரண், இயைபு என்னும் நடையியல் கூறுகள் மேலே சுட்டப்பட்ட அனைத்து மொழிபெயர்ப்புகளிலும் விலக்கப்பட்டுள்ளன.

இவ்வாறான நடையியல் கூறுகளின் விலக்கலினால் மூலநூலில் காணப்படும் அழகுணர்ச்சியை மொழிபெயர்ப்பில் உணர இயலவில்லை. மூலமொழிச் செய்யுளை வாசிக்கும் பொழுது கூற்று (எமன்) நடந்து வருவதைப் போன்ற ஒரு ஓசை நயம் எழுகின்றது. அந்நயத்தை எந்த மொழிபெயர்ப்பிலும் காண இயலவில்லை. எனவே மூலமொழியின் ஓசைக்கூறு பெறு மொழியில் எந்த வகையிலாவது சரி செய்யப்பட வேண்டும்.

நடையியல் கூறுகளின் விலக்கல் அனவரதம் பிள்ளையின் நாலடியாரின் அனைத்து மொழிபெயர்ப்புகளிலும் காணப்படுகின்றது. செய்யுளை செய்யுளாக மொழிபெயர்க்க வேண்டுமேயன்றி உரைநடையாக மொழிபெயர்த்தல் கூடாது என்பதற்கான எடுத்துக் காட்டாக இந்த உரைநடை மொழிபெயர்ப்பு விளங்குகின்றது.

உரைநடையில் மொழிபெயர்க்க மொழிபெயர்ப்பாளரை அனுமதிக்கும் போது அவரை அறிவில் ஊனமுடையவராக மாற்றிவிடுகின்றோம் என்றும், சில முயற்சிகளைத் தொடங்கும் முன்னரே அவற்றை விட்டுவிடுமாறு வேண்டுகிறோம் என்றும் சேவரி கூறுகிறார். உரைநடையில் மொழிபெயர்ப்பதால் மூலநூலைப் போன்று உணர்ச்சியைக் கிளறும் ஆற்றலை மொழிபெயர்ப்பு இழந்துவிடுகின்றது.

ஒலிக்குறிப்புச் சொற்கள் அந்தந்த மொழிக்கே உரியச் சொற்கள். இச்சொற்களும் பெறும்மொழியில் மொழி பெயர்க்கப் படவில்லை.

தழீ இந்ததழீ இந் தண்ணம் படும் (நாலடி 6-4)

'Tomorrow the funeral drum will sound' என்று மொழி பெயர்க்கப்பட்டுள்ளது. சாவுப்பறையைக் குறிக்கும் 'தண்ணம்'

என்னும் சொல் 'funeral drum' என்று விளக்க நிகரன்களால் மொழிபெயர்க்கப்பட்டுள்ளது. தண்ணம் 'மட்டுமல்லாது' பிணப்பறை (24-2) யும், 'the funeral drum' என்றே மொழிபெயர்க்கப்பட்டுள்ளது.

கணங்கொண்டு சுற்றத்தார் கல்லென்றலறப்
பிணங்கொண்டு காட்டுய்ப்பார்க் கண்டும்-மணங் கொண்டீன்
டுண்டுண்டுண்டென்னு முணர்வினாற் சாற்றுமே
தொண்டொண்டொ டென்னும் பறை (நாலடி.25)

"உறவினர் கூடி நின்று கல்லென்று அலறி அழும்படி பிணத்தைச் சுமவா நின்று மயானத்தில் செலுத்துவோரைக் கண்டிருந்தும், மணத்தை விரும்பி இவ்வுலகத்தில் இன்பம் உண்டென்றே கருதுகின்ற அறிவில்லானுக்குத் தொண் தொண் தொடு என்று ஒலிக்கும் பறையொலி அவ்வாசையை விடு விடு விடு என்று சொல்லுவது போலும்"

He sees how they remove the corpse while the kinsfolk gather round and rend the air with their cries, and carry it away to the crematory.Yet he marries and foundly imagines there is happiness in this world. To him the drum says accents clear Renounce. Renounce'.

இச்செய்யுளிலும் பறை ஒலிப்பினை அப்படியே பிரதிபலிக்கும் சொற்களான 'டுண் டுண் டுண்' என்னும் ஒலி குறிப்புச் சொற்கள் மொழிபெயர்க்கப்படவில்லை. பறை ஒலிப்பு மனத்தில் ஒரு உணர்வை ஏற்படுத்துவதைப் போன்று அமைந்துள்ளது. அந்த உணர்வு மொழிபெயர்ப்பில் இல்லை.

ஒலிக்குறிப்புச் சொற்களைப் போன்றே இடைக் சொற்களான ஆ ஆ (9-3) (அருளின் கண் குறிப்பாய் வந்த இடைச்சொல்) கொன் (9-2) (பயனின்மைப் பொருளாகிய இடைச்சொல்) என்பவையும் மொழிபெயர்க்கப்படவில்லை.

இதற்குக் காரணம் ஆங்கில மொழியில் ஒலிக்குறிப்புச் சொற்களும் இடைச்சொற்களும் இல்லாமையே. இ∴து மொழி கட்டமைப்பு வேறுபாட்டினால் ஏற்பட்ட மொழிபெயர்க்க இயலாமை ஆகும்.

மொழிகட்டமைப்பு வேறுபாட்டினால் ஏற்படும் மொழி பெயர்க்க இயலாமையைப் போன்றே பண்பாட்டு வேறுபாட்டினாலும் சில சொற்களை மொழிபெயர்க்க இயலாமை நேரிடுகின்றது.

தீர்த்தம், தெண்ணீர், நீர் என்னும் சொற்கள் குறிப்புப் பொருளைத் தருவனவாகப் பயன்படுத்தப்பட்டுள்ளன. தீர்த்தம் (176-2) என்பது 'புண்ணிய நீர்' என்ற பொருளிலும் தெண்ணீர் (44-2) என்பது தெளிந்த நீர் என்ற பொருளிலும், நீர் (175-1) என்பது உயர் வழக்காகவும் பயன்படுத்தப்பட்டுள்ளது. இப்பயன்பாட்டை மொழிபெயர்ப்பில் காண இயலவில்லை. தீர்த்தம், தெண்ணீர் இரண்டும் 'Water' என்று மொழிபெயர்க்கப்பட்டுள்ளது. நீர் என்பது 'great river' என்று மொழிபெயர்க்கப்பட்டுள்ளது.

தமிழர் பண்பாட்டில் எளியோரால் பயன்படுத்தப்படும் ஒரு வகை உணவு 'கூழ்'. இங்கு 'கூழ் இரப்பர்' (1-3) என்பது 'beg a mess or pottage' என்றும் 'பாடு நடந்த கூழ் பல்லாரோடுண்க' (22) என்னும் தொடரில் உள்ள கூழ் 'let him eat the grain' என்றும் மொழிபெயர்க்கப்பட்டுள்ளது.

கூற்றம் (7-2), கூற்று (4-4) என்னும் சொற்கள் யமனைக் குறிக்க மொழிபெயர்ப்பில் 'death' என்ற நிகரன்னால் குறிக்கப பட்டுள்ளது. இங்கு இதை ஆற்றல்சார் நிகரன்னாக கருத இயலவில்லை.

நுங்கு பனைமரத்தின் பழம் என்னும் பொருள் பட 'palmara fruit' என்று விளக்க நிகரன்களால் மொழிபெயர்க்கப் பட்டுள்ளது. நுங்கு என்பது பழம் அல்ல எனவே fruit' என மொழிபெயர்க்கக் கூடாது.

சுற்றத்தாரைக் குறிக்கும் கேளீர் (9-2) என்னும் சொல் friends and relations' என்றும் கணம் (25-1) என்னும் சொல் 'kinsfolk' என்றும் மொழிபெயர்க்கப்பட்டுள்ளது.

தமிழர் பண்பாட்டிற்குரிய இச்சொற்கள் பெறும் மொழியில் மொழிபெயர்க்க இயலவில்லை. அவை விளக்கியே சொல்லப் பட்டிகின்றன. இவை பண்பாட்டு மொழிபெயர்க்க இயலாமைக்கு எடுத்து காட்டுகளாக அமைகின்றன.

தீர்வுகள்

ஒரு சீர்மைத்தீர்வு

ஒரே பொருளுடைய ஒரு சொல்வடிவம் வரும் இடங்களில் எல்லாம் அச்சொல்லைத் தரப்படுத்தி ஒரு சீர்மையான நிகரனைத் தெரிவு செய்து பயன்படுத்துவது ஒரு முறையானத் தீர்வாகும். இவ்வாறு தரப்படுத்துவதனாலும் நிலைப்படுத்த ஒரு சீர்மை (Uniformity) பேணுவதாலும் பெறும் மொழி வாசகர் பொருண்மையைப் புரிந்து கொள்ள உதவும். ஒரு சீர்மை முறையைப் பின்பற்றி மொழிபெயர்ப்பதனால் மூலத்தின் சொற் செரிவையும் நடையையும், பெறுமொழிப் பயனாளர் குழப்பமின்றி எளிதாக அறிந்து கொள்ள இயலும்.

அடிக்குறிப்பு, விளக்கக்குறிப்பு

மொழிபெயர்ப்பில் இலக்கு மொழிப்பயனாளருக்கு உண்டாகும் மருட்சியும் அயன்மையையும் போக்க அடிக்குறிப்பு, விளக்கக்குறிப்பைப் பயன்படுத்தலாம் உவமைகள், உருவகங்களை மொழிபெயர்ப்பதில் இந்த உத்தியைக் கையாளலாம்.

ஒன்றுக்குப் பல நிகரிகளமைத்தல்

மொழிபெயர்ப்பு, இலக்குமொழிப்பயனாளர் குழப்பமின்றிப் பொருள் கொள்ள அந்தந்த வாசகரின் மொழித்திறனை ஒட்டி, ஒன்றுக்கும் மேற்பட்ட நிகரிகளை பயன்படுத்துவதுண்டு. வாசகருக்கும் புரியாதோ என்ற ஐயம் எழும்போது இம்முறையைப் பயன்படுத்தலாம்.

முடிவுரை

நாலடியார் எழுதப்பட்ட கால வேறுபாட்டின் காரணமாக அறநூலை புரிந்து கொள்வதற்கு முதலில் தேவை ஒரு ஒரே மொழிக்குள் மொழிபெயர்ப்பு (Intra Lingual Translation) ஆகும்.

செய்யுளை உரைநடையாக மொழிபெயர்க்கும் போது ஓசைநயம், நடையியல் கூறுகள், உணர்ச்சி, சந்தம் போன்றவற்றை இழந்துவிடுகின்றது. எனவே இயன்றவரையில் கவிதையை கவிதையாக மொழிபெயர்க்க முயற்சி செய்தல் வேண்டும்.

எந்த வகை இலக்கியமாக இருந்தாலும் கட்டமைப்பு வேறுபட்டாலும், பண்பாட்டு வேறுபட்டாலும், நடை வேறுபட்டாலும் பெறு மொழியில் மொழிபெயர்க்க இயலாமை ***Linguistic, Cultural, Stylistic, Untranslatability*** என்பது தவிர்க்க இயலாத ஒன்றாகவே உள்ளது என்பதை மேற்கூரிய எடுத்து காட்டுகளால் அறிய முடிகின்றது.

துணைநூற்பட்டியல்

தமிழ் நூல்கள்

1. அவ்வை நடராசன், 1982, மொழியும் பெயர்ப்பும், ஐந்தாம் உலகத்தமிழ் மாநாட்டு விழா மலர், மதுரை.

2. அப்புசாமி, பெ.நா., 1982, பயன்பாட்டு மொழிபெயர்ப்பு, ஐநதாம் உலகத்தமிழ் மாநாட்டு விழாமலர், மதுரை.

3. ஆட்சிச் சொல் அகராதி, 1983, தமிழ்வளர்ச்சித்துறை வெளியீடு

4. இராதா செல்லப்பன், 1985, கலைச்சொல்லாக்கம், தமிழ்ப் பல்கலைக்கழகம், தஞ்சாவூர்.

5. இராசாராம், சு., (ப.ஆ), 2014, மொழிபெயர்ப்புப் பார்வைகள், காலச்சுவடு பதிப்பகம், நாகர்கோவில்.

6. சந்திரன், வீ., 2010, மொழிபெயர்ப்பு ஒரு கவின்கலை, உலகத் தமிழாராய்ச்சி நிறுவனம், சென்னை.

7. சுப்பிரமணியன், ச.வே., 2010, தொல்காப்பியம் தெளிவுரை (11ஆம் பதிப்பு) மணிவாசகர் பதிப்பகம், சென்னை.

8. பத்மாவதி, மொ., 2009, நீதி இலக்கியங்களில் நாலடியார் பெறும் இடம், தமிழ்ப்பொழில் (84.9) பக்.353-359

9. ராஜேஸ்வரி, செ., 1999, கவிதையாக மொழிபெயர்க்கும் முயற்சி, தமிழ்ப்பொழில் (79.9) பக்.337-340

10. வளர்மதி, மு., 1987, மொழிபெயர்ப்புக்கலை, திருமகள் நிலையம், சென்னை.

ஆங்கில நூல்கள்

Anavaratavinayam Pillai, S., 2000, THE NALADIYAR, International Institute of Tamil Studies, Chennai.

Bassnatt - Meguire, S., 1980, Translation Studies, Methuen, London and Newyork.

Bell, R., 1991, Translation and Translating; Theory and Practice, Longman, London.

Brower, R. (ed), 1966, On Translation, Oxford University Press, Newyork.

Catford, J.C., 1965, A Linguistic Theory of Translation, Oxford University, London.

Casagrande, Joseph.B., 1954, A Comanche Linguistic Accultiuation, Italy. 20:217-237

Eugane Nida, 1974, Towards Science of Translation, E.J.Brill, Leiden.

Frawley, W., (ed), 1984, Translation, University of Dalaware Press, Newyork.

Holmes, J., (ed), 1984, The Nature of Translation Eassy's on the Theory and Practice of Literary Translation, Mouton,

House, 1977, Citede in Lakshmi's Problems in Translation (1993) Book links Corporation, Hyderabad.

Isadore Pinchuk, 1977, Scientific and Technology Translation, Andre Dentsch, London.

Jacobson, E., 1958, Translation: A Traditional Craft, Nordist Folag, Copenhagen.

Lefevere, Andre, 1975, Translation Poetry, Seven Stratogies and a Blue Print, Vangroucum, Amisterdam.

Newmark, Peter, 1981, Approaches to Translation, Pergamon Press, Oxford.

Newmark, Peter, 1988, A Text book of Translation, Oxford University Press, London.

Ramamoorthy, L., (ed) 1996, Bharathidasan; Selected poems, Pondicherry Institute of Linguistics and Culture, Pondicherry.

Sunetra Scholopurkar, 2016, Translation and Non verbel communications.

Theodare Savory, 1957, The Act of Translation Jonathan Cape Limited, London.

Vinay, J.P. and Darbalnet, J.K., 1958, Stylitique Comparieedu framecais et do l'anglair, Didier Press.